TUIMARISHE KISWAHILI CHETU: KITABU CHA WANAFUNZI WA MWAKA WA PILI/TATU

*Building Proficiency in Kiswahili:
A Manual for Second/Third Year
Swahili Students*

Lioba J. Moshi

Copyright © 1988 by
University Press of America,® Inc.
4501 Forbes Boulevard
Suite 200
Lanham, Maryland 20706
UPA Acquisitions Department (301) 459-3366

Estover Road
Plymouth PL6 7PY
United Kingdom

All rights reserved
Printed in the United States of America
British Library Cataloging in Publication Information Available

Illustrated by Susan Harby

Library of Congres Cataloging-in-Pblication Data

Moshi, Lioba J.
Tuimarishe Kiswahili chetu : kitabu cha wanafunzi wa mwaka wa pili/tatu = Building proficiency in Kiswahili : a manual for second/third year Swahil students / Lioba J. Moshi.
  p. cm.
Bibliography: p.
1. Swahili language—Text-books for foreign speakers—English.
I. Title. II. Title: Building proficiency in Kiswahili.
    PL8702.M67 1988
496'.39282421—dc19   87-27466 CIP

ISBN-13: 978-0-7618-3550-9 (paperback : alk. paper)
ISBN-10: 0-7618-3550-4 (paperback : alk. paper)

♾™ The paper used in this publication meets the minimum requirements of American National Standard for Information Sciences—Permanence of Paper for Printed Library Materials, ANSI Z39.48—1984

Kwa wanafunzi wangu wote, ndugu na marafiki.
"Penye nia pana njia."

Shukrani

Ningependa kutoa shukrani za dhati kwa watu wote walioshiriki katika kuifanikisha kazi hii. Hasa ningependa kuwashukuru wakuu wa sehemu ya *Masomo ya Kiafrika ya Chuo Kikuu cha Stanford na Chuo Kikuu cha California, Berkeley*, Profesa James Lowell Gibbs, Jr. (Stanford) na Profesa David Leonard (Berkeley) kwa ruzuku iliyoniwezesha kuifanya na kuikamilisha kazi hii. Ningependa kumshukuru Bibi Susan Harby kwa kujitolea kwa masaa mengi kuchora picha zilizomo katika makala haya. Bila shaka picha hizi zimeimarisha umuhimu wa utamaduni na mila za Mwafrika. Ningependa pia kuwashukuru wanafunzi wa Kiswahili wa vyuo vikuu vya Stanford na Berkeley kwa kutumia nakala ya awali ya makala haya. Shukrani zangu za dhati zimwendee Ladislaus J. Semali ambaye amenipa moyo wa kuendelea na kazi hii hadi imemalizika, na pia kwa kuhakiki makala hii. Maoni yake juu ya sehemu mbalimbali za makala hii yalikuwa msaada usio na kifani. Pia ninapenda kumshukuru Elizabeth J. Frazer kwa kazi kubwa ya kusahihisha baadhi ya sehemu za makala hii. Shukrani nyingi ziwaendee: Profesa Abdulaziz Abdalah wa Chuo Kikuu cha Nairobi, Bibi Albina Chuwa, Taasisi ya Uchunguzi wa Kiswahili, Chuo Kikuu cha Dar es Salaam, kwa mawazo yao ambayo yalinipa mwangaza juu ya mambo yafaayo kutumiwa katika makala hii kuridhisha kiwango kilichokusudiwa.

Lioba Moshi

Yaliyomo

Shukrani iii

Utangulizi iv

Somo la Kwanza 1
   Mazoezi maalum: A na B 1
   Ufahamu: Mazungumzo 2
   Maswali ya Ufahamu 3
   Kazi Maalum 3
   Habari za Sarufi 3
   'a'of association 3
   Contractions 4
   Reduplication 5
   The Possessive forms 6
   Other possessive forms 6
   Msamiati 7

Somo la Pili 9
   Mazoezi maalum: A, B na C 10
   Ufahamu: Ujamaa Vijijini 10
   Maswali ya Ufahamu 10
   Kazi maalum 10
   Habari za Sarufi 11
   ote, o ote 11
   Msamiati 12

Somo la Tatu 13
   Mazoezi maalum: A na B 13
   Ufahamu: Maisha ya Nyumbani 15
   Maswali ya Ufahamu 16
   Kazi maalum 16
   Habari za sarufi 16
   Irregularity in noun classes 16
   Diminutives 17
   Augumentatives 18

Collectives   19
Msamiati   19

Somo la Nne   21
   Mazoezi Maalum: A, na C   21
   Malezi ya Watoto   21
   Maswali ya Ufahamu   22
   Kazi maalum   22
   Habari za sarufi   23
   The Relative form   23
   The negative of a relative form   23
   Msamiati   24

Somo la Tano   25
   Mazoezi maalum: A na B   25
   Usafiri Unguja   25
   Maswali ya Ufahamu   25
   Kazi maalum   27
   Habari za sarufi   27
   The Passive form   27
   Msamiati   29

Somo la Sita 31
   Mazoezi maalum: A na B   31
   Sehemu za Mwili   32&33
   Matumizi ya Lugha   34
   Maswali ya Ufahamu   34
   Kazi maalum   35
   Habari za sarufi   35
   More on Relativization   35
   Msamiati   36

Somo la Saba   37
   Mazoezi maalum: A na B   37
   Ufahamu: Uhuru ni Nini?   37
   Maswali ya Ufahamu   38
   Kazi maalum   39
   Habari za sarufi   39
   The infinitive form   39
   Msamiati   42

Somo la Nane   45
   Mazoezi maalum: A, B na C   45

Mashairi   46
Shairi juu ya Mkulima   46
Maswali ya Ufahamu   47
Kazi maalum   48
Msamiati   48

Somo la Tisa   49
   Mazoezi maalum: A, B na C   49
   Adui wa Wakulima   50
   Maswali ya Ufahamu   51
   Kazi maalum   52
   Habari za Sarufi   52
   The -ka- aspect marker   52
   The negative of -ka-   52
   Msamiati   53

Somo la Kumi   55
   Mazoezi maalum: A na B   55
   Adui wa Afya   56
   Maswali ya Ufahamu   57
   Kazi maalum   58
   Habari za Sarufi   58
   More on negatives   58
   Msamiati   60

Soma la Kumi na Moja   61
   Mazoezi maalum: A na B   61
   Mchezo wa Ng'ombe   61
   Maswali ya Ufahamu   63
   Kazi maalum   63
   Habari za sarufi   63
   Conditional tenses   63
   Msamiati   67

Somo la Kumi na Mbili   69
   Mazoezi maalum: A na B   69
   Michezo Shuleni   70
   Maswali ya Ufahamu   70
   Kazi Maalum   70
   Habari za sarufi   70
   The causative form   70
   Msamiati   73

Somo la kumi na Tatu 75
   Mazoezi maalum: A, B na C   75
   Ufahamu: Ukosefu wa Maji Vijijini   76
   Maswali ya Ufahamu   76
   Kazi maalum   77
   Habari za sarufi   77
   The Stative form   77
   Msamiati   79

Somo la Kumi na Nne   81
   Mazoezi maalum: A, B na C   81
   Ufahamu: Muundo wa Mashairi   83
   Shairi la 'Kipi Bora'   83
   Maswali ya Ufahamu   83
   Shairi la 'Mapatano'   84
   Maswali ya Ufahamu   84
   Kazi maalum   85
   Msamiati   86

Somo la Kumi na Tano   87
   Mazoezi maalum: A na B   87
   Ufahamu: Huduma za Afya Kisiwani Unguja   88
   Maswali ya Ufahamu   89
   Kazi maalum   89
   Habari za sarufi   90
   Conjunctions   90
   Msamiati   91

Somo la Kumi na Sita   93
   Mazoezi maalum: A, B na C   93
   Ufahamu: Ajali Haina Kinga   94
   Maswali ya Ufahamu   95
   Kazi maalum   95
   Habari za sarufi   95
   Interjections   95
   Msamiati   97

Somo la Kumi na Saba   99
   Mazoezi maalum: A na B   99
   Ufahamu: Elimu ya Kujitegemea   100
   Maswali ya Ufahamu   101
   Kazi maalum   101

Msamiati 102

Somo la Kumi na Nane 103
   Mazoezi maalum: A na B 103
   Ufahamu: Chuo Kikuu cha Dar es Salaam 103
   Maswali ya Ufahamu 105
   Kazi maalum 106
   Habari za sarufi 106
   Usemi wa msemaji ('direct speech') 106
   Fractions 106
   Msamiati 107

Somo la Kumi na Tisa 109
   Mazoezi maalum: A na B 109
   Ufahamu: Kuchagua Mchumba kwa Wachaga 109
   Maswali ya Ufahamu 110
   Kazi maalum 111
   Habari za sarufi 111
   Auxiliary verbs 111
   Msamiati 113

Somo la Ishirini 115
   Mazoezi maalum: A na B 115
   Ufahamu: Uteuzi wa Lugha ya Taifa 116
   Maswali ya Ufahamu 117
   Kazi maalum 118
   Msamiati 119

Nyongeza 121

Methali 121

Vitendawili 125

Majibu ya Vitendawili 126

Misemo 126

Majibu ya Maswali katika Masomo 129

Jedwali 143

Msamiati 145

Maelezo (footnotes) 163

Marejeo ya Vitabu

INTRODUCTION

1. About the Manual

"*Tuimarishe Kiswahili Chetu*" is a manual intended for students who have had at least a year of Kiswahili or the equivalent.

The manual is primarily intended for classroom use. It may, however, be used by individual students outside of the classroom. It will be more useful in a classroom situation where the instructor's help is available and where contact with other students is possible in order to improve conversational skills. The materials in the manual are intended to help the student to steadily build proficiency in the language by speaking, reading to understand, and writing. Consequently, there is an emphasis on conversation, comprehension and composition while strengthening those parts of the grammar that are essential in mastering the language. Each lesson contains a section on special exercises (**Mazoezi Maalum**), a passage for comprehension (**Ufahamu**), questions from the comprehension passage (**Mazoezi ya Ufahamu**), special assignment (**Kazi Maalum**), a brief description of selected parts of the grammar (**Habari za sarufi**), and vocabulary from the exercises and the comprehension passage (**Msamiati**).

2. Mazoezi Maalum

These are exercises emphasizing a specific aspect of the grammar. Answers to these exercises can be found in the appendix **Nyongeza** at the end of the manual. It is recommemded that the parts of grammar involved in these exercises are reviewed before the students attempt to do the exercises. Alternatively, the instructor can assign the exercises in advance to determine the level of difficulty and consequently how much of the grammar in that lesson need to be reviewed.

3. Ufahamu

The passages in this section provide a wide range of subjects that can be used as a stimulus for further discussions in class or as the basis for essay writing. The passages are selected in such a way that the student is able to build on what he/she already knows from the previous exercises. If the manual is used systematically, the student will notice satisfying progress in his/her competence and performance in the language.

4. Maswali ya Ufahamu

These are a set of comprehension questions and exercises intended to improve the student's comprehension skills as well as make use of the vocabulary used in the reading. Students should be encouraged to use their own words as much as possible rather than copying the answers straight from the passage. Some of the questions demand a thorough understanding of the passage in order to give an appropriate answer. That is, some of the questions require some creativity and the ability to relate the information in the passage with personal and everday experiences.

5. Kazi Maalum

Kazi Maalum is an exercise that can be used for essay writing or class discussion. It draws from the comprehension passage. It is designed to stimulate a fruitful class discussion. It is also an opportunity for the students to put to practice the new vocabulary and grammar. If it is used as an essay assignment, it is a good idea for the students to read their essays in class. This will be a chance for the students to share their ideas using the language. Other students should be encouraged to ask questions arising from the student's essay. Thus the class will have an opportunity to work together more. A language is best learned in context rather than in isolation. Student participation helps the learner to develop personal confidence in using the language. **Kazi Maalum** can also be used instead of a regular test or examination.

6. Habari za Sarufi

The grammar section provides a summary of specific points of grammar in that lesson. The manual is not intended to serve as a Swahili grammar book. There are ample grammar books on the market that can be used to supplement what the grammar section at the end of each lesson provides. The ultimate aim is to improve the student's communicational skills rather than his/her competence in Swahili grammar.

7. Msamiati

At the end of each lesson there is a vocabulary list mainly from the **Mazoezi Maalum** and **Ufahamu**. In addition, there is a master list at the end of the manual for quick reference. If a word is preceded by a dash (-) it indicates that word is a verb. When there is no dash it is a noun, adjective or an adverb. The vocabulary list is by no means exhaustive. It is advisable for students to own a Swahili-English Dictionary. However, the students are encouraged to focus on the context in which a word is used for its contextual meaning. Using the vocabulary in sentence bulding and essay writing is also strongly recommended.

8. Appendices

The Appendix has five parts. Part one, which is **Methali**, contains the most commonly used 'Proverbs'. Part two contains the most commonly used **Vitendawili** 'Riddles'. Part three, which is **Misemo**, contains the commonly used 'Sayings'. An English translation is provided for each 'Proverb', 'Riddle', and 'Saying'. The 'Proverbs' and 'Sayings' can be used as a basis for essay and story writing. They can also be used as a basis for discussions in the class where students talk about how they understand a particular 'Proverb', or 'Saying'. At best, 'Riddles', can be used just for fun.

Part four contains answers to the exercises at the beginning of each lesson (i.e. **Mazoezi Maalum**). Part five, which is **Jedwali**, contains a summary of essential pronominal concord for quick reference.

SOMO LA KWANZA

MAZOEZI MAALUM

A. Jaza nafasi hizi kwa kutumia 'a' ya uhusiano ("preposition")
1. Mwanafunzi .... kwanza.
2. Mambo .... shule.
3. kabla .... kulala.
4. Nyuzi ....kushonea.
5. Somo .... Kiswahili.
6. Visanduku .... barua.
7. Uhuru .... nchi ...... Afrika.
8. Sura .... watu hawa.
9. Nyumbani .... wazee wangu.
10. Nafasi ....kusoma.

B. Jaza nafasi zilizoachwa kwa kutumia 'a' ya uhusiano
1. Wafanyakazi walikuwa .... furaha kwa sababu ilikuwa siku ya kupumzika.
2. Wanafunzi watakuwa na siku mbili ...... kupumzika kesho.
3. Walipewa nafasi .... kuzungumza na wageni.
4. Kuna mashindano mbalimbali, kama vile, mpira ...... kikapu, mbio ...... masafa marefu, mbio ......kupokezana, na mashindano .... ndondi.
5. Wanafunzi wanapenda mashindano ...... mchezo ...... soka.
6. Hawana maji na chakula ...... kutosha.
7. Watawapa pesa na mahitaji mengine ...... safari.

C. Tumia "ake" na kamilisha vifungu hivi

1.	mama........		6.	sikio........
2.	mto........		7.	ng'ombe........
3.	kikapu........		8.	rafiki........
4.	nywele........		9.	maziwa ....
5.	nyumbani........		10.	ukuu........

Ufahamu

MAZUNGUMZO

Aisha..... Hujambo kaka, jina langu ni Aisha
Ayubu..... Sijambo dada Aisha. Jina langu Ayubu
Aisha..... Ninafurahi kukufahamu. Unatoka wapi Ayubu?
Ayubu..... Natoka Kenya, sehemu za Afrika ya Mashariki. Na wewe je?
Aisha..... Natoka sehemu hizo hizo, lakini si Mombasa.
Ayubu..... Bado ninasubiri Aisha, au hutaki kuniambia watoka wapi.
Aisha..... Unaweza kubuni. Jaribu mara tatu kama hutaweza kubuni nitakuambia.
Ayubu..... Aaa...mmm... Nafikiri unatoka Kenya pia labda Nairobi.
Aisha..... Hapana Ayubu, nitakusaidia kidogo. Sitoki Kenya. Kwa hivyo Nairobi si mji wangu.
Ayubu..... Sasa nimefahamu. Unatoka Tanzania sivyo?
Aisha..... Ndio, lakini Tanzania ni kubwa. Bado hujabuni mji wangu.
Ayubu..... Aisha, hii si haki. Mimi nilikuambia jina langu na ninatoka wapi lakini wewe unanipa kazi ya kubuni unatoka wapi. Hii si haki hata kidogo.
Aisha..... Haya basi. Kwa kweli nilizaliwa Unguja lakini sasa wazazi wangu wanakaa Tanzania Bara, mjini Tanga.
Ayubu..... Ahaa. Unafanya nini hapa Marikani?
Aisha..... Ninasoma. Ninasoma Chuo Kikuu cha Stanford. Na wewe, unafanya nini hapa?
Ayubu..... Ninatembea tu. Wazazi wangu ni wafanyi biashara. Wana duka la nguo huko nyumbani. Sasa wamekuja hapa kwa shughuli za biashara yao. Mimi nimekuja nao ili nione Marikani kidogo.
Aisha..... Hii ni mara yako ya kwanza kufika Marikani?
Ayubu..... Ndio, lakini nimetembea sana Ulaya, hasa Uingereza, Ujerumani, na Ufaranza. Nilisoma Uingereza katika Chuo Kikuu cha Oxford.
Aisha..... Ulisomea nini?
Ayubu..... Nilisomea mambo ya biashara. Ninategemea kuwasaidia wazazi wangu na labda baadaye nitaanza biashara yangu mwenyewe.
Aisha..... Ni mawazo mazuri hayo. Labda tutaonana tena. Ni lazima niondoke sasa. Rafiki yangu ananisubiri.
Ayubu..... Asante. Mimi pia, nimefurahi kuzungumza nawe. Nitafurahi kukuona tena. Labda unaweza kunipigia simu leo jioni.
Aisha..... Aaa.....mmmmm....
Ayubu..... Simu yangu ni mbili- mbili- nne, sifuri- moja- sita -tatu. ...., au nitakupigia mimi. Simu yako ni......?
Aisha..... Haidhuru, nitakupigia mimi. Kwa heri Ayubu.
Ayubu..... Kwa heri ya kuonana Aisha.

MASWALI YA UFAHAMU

Jibu maswali yafuatayo
1. Mazungumzo haya ni kati ya nani?
2. Aisha na Ayubu ni marafiki?
3. Toa sababu kwa jibu lako la 2.
4. Aisha na Ayubu wanatoka nchi moja?
5. Aisha na Ayubu wako Marikani lakini kila mmoja ana sababu tofauti za kuwa Marikani. Taja sababu hizo.
6. Kwa nini Ayubu alisema: "Hii si haki hata kidogo?"

Andika sentensi kwa kutumia maneno yafuatayo ili kuleta maana kamili

-subiri	buni	si haki
bara	wafanyi biashara	shughuli
-taja	maana kamili	

Kazi Maalum

Wanafunzi waandae mazumgumzo baina ya watu wawili au zaidi. Mazungumzo haya yanaweza kutumiwa darasani kwa njia ya mchezo wa kuigiza.

HABARI ZA SARUFI

A. The 'a' of association

This form was referred to in the exercises as **-a ya uhusiano**. It is also known as **'a' binder**.

In the example: *somo* la *Kiswahili*, the a of la associates or binds *somo* to *Kiswahili*. The prefix of the binder is the class-designator of the subject. That is, the same prefix that appears on verbs to designate the subject of that verb.

With the pronoun concord, a makes the phrase an adjective with
(a) A possessive concept.
   For example:
   mtoto wa Juma.
(b) A descriptive concept.
   For example:
   mtoto wa tatu.

kiti cha mbao.
mahali pa kupendeza.

With **ku**, **-a** helps to express an adverbial concept.

(a) By means of.
For example:
kwa motokaa.

(b) By reason of.
For example:
kwa hasira.

(c) Manner or state.
For example:
kwa bidii.

(d) Place.
For example:
kwa Mzee Juma. 'at mzee Juma's (place).

(e) In respect to.
For example:
Wote walikaribishwa, wazee kwa watoto.
"All were invited, old and young"

With **'n' of association**, it may be interpreted as a preposition or a conjunction.

(a) Prepositional.
For example:
Alikwenda na Juma. "He went with Juma."
Alikuwa nacho. "He was with it/He had it."
Ninaye kaka mmoja. "I am with/I have one brother."

(b) Conjunctional.
For example:
mama na mwanaye. "A mother and her child."

B. Contractions

Sometimes when **na** with the conjunctional concept is used with a personal pronoun, we may get a contracted form as in **nao** which is a contracted form of **na + wao**. Thus,

na + mimi → nami

na + wewe → nawe
na + yeye → naye
na + sisi → nasi
na + ninyi → nanyi
na + wao → nao

Note the following when associating -a with the following class-designators.
1. In class 1, the **wa** is derived from **yu**. This is the same **yu** that you find in **yule** "that one". Thus, **yu + -a → yua → ywa → wa**. The plural which is what we are calling class 2, is **wa**. Thus, **wa + a → wa**.
2. In class 3, **u + a → wa**. The plural, class 4, **i + a → ya**. The same applies to class 6, the plural of class 5.
3. In class 7, **ki + a → cha**. Its plural, class 8, **vi + a → vya**.

(see "Jedwali" pg. 130 for the noun class and agreement system chart).

C. Reduplications

Reduplication intensify as well as make anaphoric reference to something that has just been said. We saw one kind of reduplication in the Reading Lesson **hizo hizo**. These are called emphatic demonstrative forms or intensifiers. When any of these forms is used it has to agree in class with the element to which it is making anaphoric reference. In the Reading Lesson, *Ayubu* says: "Natoka Kenya, Afrika ya Mashariki." *Aisha* says: **Natoka sehemu hizo hizo. Hizo hizo** implies **Afrika ya Mashariki** which is what *Ayubu* just said. Here is a short dialogue with some more examples of reduplication.

M: Unakwenda wapi Aisha?
A: Ninakwenda Montreal, na wewe je?
M: Ninakwenda **huko huko**.
A: Aa... ni ajabu sivyo, kuwa tuna safari moja. Unakwenda kufanya nini huko Montreal?
M: Kuna mkutano wa masomo ya Kiafrika.
A: Vizuri. Na mimi ninakwenda kwenye mkutano **huo huo**.
M: Unachukua ndege gani?
A: American Airways. Na wewe je?
M: **Hiyo hiyo**.

In the dialogue I have used only a few of the intensifiers. Any demonstrative can be used similarly to satisfy the needed emphasis (cf. Ashton (1947, p. 305-307) for additional discussion on contractions).

D. The Possessive form

The basic ones are: -angu, -ako, -ake, -etu, -enu, -ao. Like the a of association, they take a class designator of the subject However, there are some irregularities with nouns of kinship For example, **baba, mama, babu** and others referring to animals like **ng'ombe, paka, simba**. Because such nouns do not show a distinction between singular /plural (For example, **mtoto, watoto**) they are included in class 9/10 (generally known as the **n/n or ø/ø** class). Nevertheless, they do not exclusively follow the agreement patterns of nouns under this group. Except in association with possessive forms and the **a** of association, these nouns follow the pattern used by nouns in the **m /wa** group otherwise called class 1/2.

While speakers may say:
babu wa/ya Juma, babu wa/za Juma,
they would say:
babu yangu, babu zangu (but not babu wangu).

With non-human nouns, speakers may say:
singular: **ng'ombe wa Juma (and not ng'ombe ya Juma)**
Plural: **ng'ombe wa /za Juma**
Singular: **ng'ombe wangu (and not ng'ombe yangu)**
Plural: **ng'ombe wangu/zangu.**

E. Other Possessive forms

-enye denotes "having" something or an activity. Its object must always be expressed. For example,
  mwenye nyumba where **nyumba** is the possessed object. **-enye** takes the class designator of the subject just like the other possessive forms discussed above except when referring to a living being. In such a case, it takes the noun concord. For example:
duka lenye vitabu -"a shop with books."
but:
mtu mwenye chakula- "a person with food."
Ng'ombe mwenye shingo ndefu- "A cow with a long neck."

The form **-enyewe** is used with any noun for emphasis and translates to "alone", "precisely", "the one in reference". It stresses the identity of that noun. For agreement, it follows the same rules as **-enye**. Thus:

mzee mwenyewe alikuwa na pesa nyingi.
"The oldman himself had a lot of money."
kitabu chenyewe kina picha za wanyama.
"The book itself has pictures of animals."

Note: Both of these examples have been given the neutral interpretation. If **-enyewe** is stressed, the interpretation will include 'precisely'. If the nominal (That is, **mzee, kitabu**) is stressed, the interpretation will imply 'the one in reference'.

MSAMIATI

-buni	**guess.**
haidhuru	**never mind, no harm, harmless.**
haki	**fairness, right, justice, lawfulness.**
mbio za kupokezana	**relay race.**
mbio za masafa marefu	**marathon.**
mpira wa kikapu	**netball, basketball.**
ndondi	**boxing.**
-pokea	**receive.**
-pokezana	**act of giving and receiving from one another.**
shughuli	**business, engagement, occupation.**
soka	**soccer.**
-subiri	**wait, be patient.**

SOMO LA PILI

MAZOEZI MAALUM

A. Tumia ' -ote' kwa kukamilisha vifungu hivi
1. wakulima............
2. majemadari............
3. wakufunzi............
4. watalii............
5. kiangazi............
6. uhuru............
7. kutafakari............
8. nyumba............
9. magonjwa............
10. kisigino............
11. chura............
12. mizizi............

B. Tumia '-o -ote' kwa kukamilisha vifungu hivi
1. mzee............
2. ukuta............
3. jicho............
4. kidole............
5. mlima............
6. mbwa............
7. mahali............
8. bibi............
9. shoka............
10. motokaa............

C. Jaza nafasi kwa kutumia vipengele vilivyowekewa alama ()
1. Nili......ona jana (ku, ni).
2. Juzi nilikuwa hapa, nani ali......ona (m, ni)?
3. Mwalimu amekuja hapa, tuli......pa zoezi la nyumbani (ku, ni, m).
4. Wageni walikuwa hapa, tuli......peleka kuona sinema (ku, ni, wa, mw).
5. Kama mgonjwa atakuja leo, daktari ata......ona (ni, mw, wa).
6. Je, baba ali......ambia nini mama (ni, ku, mw)?
7. Je, ali......ambia nini sisi (ku, tu, wa)?
8. Je, wageni watafika lini? Ninataka ku......ona (tu, wa, mw).
9. Ninataka ku......ambia kitu wewe si wao (tu, wa, ku).
10. Ninajua kila kitu unachotaka ku......ambia watu hawa (ku, m, wa).

Ufahamu

UJAMAA VIJIJINI[1]

Jamaa ya Kiafrika ya zamani iliishi kwa misingi ambayo sasa tunaiita misingi ya ujamaa. Kama unawauliza wanaishije, hawatakujibu kisiasa kama tunavyojibu sasa kwamba wanaishi kijamaa. Waliishi tu kijamaa na wala hawakujua namna nyingine ya kuishi. Waliishi pamoja na kufanya kazi pamoja kwa sababu hivyo ndivyo walivyoelewa maisha. Hivyo ndivyo walivyoweza kusaidiana kupambana na matatizo mbalimbali ya maisha - mvua na jua, maradhi, hatari za wanyama au binadamu wengine, na safari nzima ya tangu kuanza maisha mpaka kufikia mauti.

Matunda ya kufanya kazi pamoja hayakuwa yakigawanywa sawa sawa kabisa, lakini sheria za kugawanya zilijulikana na pia misingi yake ilikuwa kwamba kila mmoja wa jamaa ana haki ya kupata chakula cha kutosha, mavazi ya kutosha, na mahali pa kulala kabla mwingine (hata mkubwa wa jamaa) hajapata zaidi ya hapo. Walijiona kwamba ni kitu kimoja; na lugha yao na vitendo vyao vilisisitiza umoja wa jamaa yao. Mahitaji ya lazima ya maisha yalikuwa ni "chakula chetu", "ardhi yetu", na "ng'ombe wetu". Hata namna ya kuwasiliana ilisisitiza umoja na uhusiano wa jamaa. Mzee Fulani, Mjomba Fulani, Shangazi Fulani, Binti Fulani au Bin Fulani; mama Fulani au Baba Fulani; au mke mwenzi Fulani na kadhalika. Waliishi pamoja na kufanya kazi pamoja; na matunda ya kazi yao yalikuwa ni mali ya jamaa nzima.

MASWALI YA UFAHAMU

Jibu maswali haya
1. Mwandishi wa habari hii anasema misingi ya ujamaa ni nini?
2. Jamaa ya kiafrika iliishije?
3. Matunda ya kazi ya pamoja yalikuwa mali ya nani? Yaligawanywa sawa sawa?
4. Kwa nini watu walikuwa na namna maalumu wa kuitana? Waliitanaje?

Tumia maneno haya katika sentensi

misingi	kupambana	gawanya
kujiona	sisitiza	uhusiano

Kazi maalum

Wanafunzi wafafanue mada ya "Ujamaa" waielewavyo. Wanaweza kujadiliana juu ya faida au hasara za kuishi kijamaa.

HABARI ZA SARUFI

ote and o ote

ote and **o ote** may be used with nouns to qualify or describe them. Some grammars call them adjectives. However, they have a quantifier and a qualifier function. The interpretation of **ote** depends on whether the noun in association is singular or plural. If it is singular, it implies "wholeness", "completeness". If it is plural, it implies "total".

For example:
Mti wote - " the whole / entire tree."
Miti yote - "all the trees."

It may sound strange to native speakers if you say **mtu yote** although in English you can conceptualize "a whole person". For native speakers of Kiswahili, a person is whole and is not made up of single pieces. A whole person is generally referred to as **mtu mzima** which also means "an adult" or "a healthy person."

The interpretation of **o ote** is not affected by the singular / plural distinction of the noun. It may be translated to "any", "whatsoever", "whoever" etc... depending on the general interpretation of the noun.

For example:

mtu ye yote "anyone", "whoever".

mahali po pote "any place", "anywhere".

For Example:

Mtu ye yote anaweza kwenda kumwona rais wa nchi?
Kama wewe ni mgeni, unaweza kutembea mahali po pote?

MSAMIATI

-chota	take up water a little at a time.
chura	frog.
-elewa	understand, comprehend.
-fafanua	explain.
fulani	some fellow, so and so.
-ishi	live, survive, exist.
-jadili	discuss.
kiangazi	summer, hottest season of the year.
(ki)sigino	heel.
mada	notion.
(ma)jemadari	army general.
maradhi	disease in general, sickness.
(m)singi	foundation, primary.
mauti	death.
-pambana	confront, deal with severely.
shangazi	aunt
shoka	axe.
-sisitiza	insist, enforce.
tafakari	think.
uhusiano	relationship.
(vi)pengele	a part of (i.e a part of a word).
(wa)kufunzi	instructor.
-wasiliana	comunicate with each other.
(wa)talii	tourist.

SOMO LA TATU

MAZOEZI MAALUM

A. Tumia '-a' ya uhusiano ili kukamilisha vifungu hivi
1. Mwanafunzi .... chuo kikuu .... Dar es Salaam.
2. Nyumba .... mzee Juma .... kijiji .... Mbezi.
3. Barua (wingi) .... washiriki .... michezo............ Olympiki.
4. Mlangoni .... meneja .... kiwanda .... kutengenezea viatu.
5. Kifo............ baba yake kilimsikitisha sana mama .... watoto hawa.
6. Chumbani .... watoto kuna takataka .... kila aina.
7. Meli .... Waingereza ilitia nanga katika bahari .... Hindi.
8. Uhuru............ watumwa haukupatikana mpaka Waingereza walipofika.
9. Afya .... watoto hawa si nzuri .... kutosha.
10. Kusoma .... watoto hawa hakuridhishi.

B. Yapange maneno haya katika mafungu yanayopatana.

Kwa mfano: *mtoto, mwalimu, mgeni.* ni fungu moja kwa sababu ni majina katika darasa la m-wa (1/2) la nomino za Kiswahili (*tazama habari za sarufi kwanza*).

mtoro	vitanda	pahali	goma
mahali	sanduku	mabuzi	
chakula	mifuko	ufa	rafiki
mkurugenzi	mbuzi	kondoo	madege
kiwanda	chura	kijito	vitoto
ukuta	dirisha	matunda	majitu
ndizi	milima	wazee	buzi
wasemaji	babu	simba	marafiki
mtalii	darasa	somo	mababu
embe	mzizi	majia	vijembe

C. Jaza nafasi hizi kwa kutumia umbo sahihi la neno lililo katika alama za ( )

1. Waimbaji waliimba ....(-zuri) lakini walicheza —(baya).
2. Ni ....(-gumu) kupata kazi siku hizi hata kama una digrii.
3. Mbwa alibweka ....(-kali) aliposikia kelele nje ya mlango.
4. Alitembea ....(polepole) kwa sababu yeye ni kilema.

5. "Kimbia ....(upesi)", mwalimu alisema.
6. Kama hutakula ....(taratibu) chakula chako hakitakufaa.
7. Kutembea ....(haraka) kunasaidia damu kusafiri katika sehemu za mwili.

Ufahamu

MAISHA YA NYUMBANI

Zuhura alianza kuwasimulia wenzake habari za nyumbani, akawaambia, "Mimi naitwa Zuhura. Baba yangu ni Juma, na mama yangu ni Fatuma. Ninaye dada mmoja, kwa jina Habiba na kaka ni Hasani. Sote tunakaa katika kijiji cha Lukuledi katika wilaya ya Masasi. Katika kijiji chetu, watu wote, hufanya kazi pamoja. Lakini, karibu na nyumba yetu pana bustani yenye mipapai, michungwa na maua mazuri.

Kila siku baba pamoja na wenzake huenda shambani kulima na kupalilia. Mimi na dada yangu huenda shuleni. Hasani hajaanza shule, yeye ni mtoto bado. Labda ataanza mwakani.

Asubuhi tunapoamka, mama hufagia nyumba na jiko. Sisi hufagia kiwanja. Halafu mama hupika uji. Baada ya kula chamshakinywa, sisi husafisha vyombo vya chakula. Tunawaaga baba na mama kabla ya kuondoka kwenda shule. Sisi hatuendi shuleni kwa motokaa. Tunatembea kwenda shuleni. Siku nyingine tunakimbia wakati wa kwenda shuleni kwa sababu tunataka kuwahi. Si vizuri kuchelewa shule.

Jioni tunaporudi kutoka shuleni, huwaamkia baba na mama. Mama hutia maji katika beseni kubwa na kuyaweka uani. Humpa baba taulo ajifutie mwili baada ya kuoga. Baba anapomaliza kuoga, mama humwogesha mdogo wetu, Hasani. Sisi huoga wenyewe mtoni.

Baadaye, jua linapokuchwa, mama hupika ugali. Sote hula pamoja. Kama wageni wanafika hukaribishwa. Mbwa wetu Susu naye hula katika bakuli lake. Susu ni mbwa mzuri sana, hulinda nyumba yetu. Kama kuna mgeni hubweka kwa sauti kubwa.

Baada ya chakula, baba huenda kuzungumza na wenzake. Mama hukaa nasi na hutusimulia hadithi. Pia anapenda sana kusuka mikeka ya ukindu. Mimi na Habiba tumeanza kujifunza kusuka kili. Twatumia mikeka hiyo kwa kulalia nyumbani. Mingine mama huiuza na akipata fedha hununulia vitu vingine. Mwezi jana mama alinunua kuku wa kufuga. Sasa kuku ameanza kutaga na baada ya muda mfupi tutakuwa na vifaranga. Mwishowe tutakuwa na kuku wengi wa kututagia mayai.

Siku za Jumapili sisi tunafanya kazi pia. Humsaidia mama, kuchota maji, kupika mikate na kutayarisha mavazi yetu ya shule. Tunazifua nguo zetu, tunazipiga pasi na kama zimepasuka mama huzishona. Mama hana cherehani. Kwa hivyo, yeye hushona kwa mkono akitumia sindano maalum.

MASWALI YA UFAHAMU

Jibu maswali haya

1. Kuna watoto wangapi katika familia ya Zuhura? Taja majina yao.
2. Baba na mama wanafanya kazi zinazofanana?
3. Zitaje kazi wanazofanya baba na mama.
4. Mbwa ana kazi gani katika nyumba?
5. Mama Zuhura anafanya shughuli gani zinazompatia fedha?
6. Unafikiri watoto wanajifunza mengi kutoka kwa nani katika familia?
7. Toa sababu ya jibu lako la (6) hapo juu.

Tumia maneno yafuatayo katika sentensi nzuri

palilia	wahi	beseni
uani	kuchwa	bweka
suka	ukindu	kili

Kazi Maalum

Wanafunzi wasimulie jinsi watu wanavyoishi katika sehemu wanazotoka.

HABARI ZA SARUFI

A. Irregularity in noun classes

Consider the following nouns which designate living things.

afisa	maafisa (5/6)
kipofu	vipofu (7/8)
jemadari	majemadari (5/6)
rafiki	marafiki (5/6)
chura	vyura (7/8).

With the exception of **rafiki**, these nouns follow the agreement rules of nouns in the **m/wa** class. **Rafiki** behaves like the human nouns in class 9/10. Some speakers use this observation as a basis for not using **ma** to indicate the plural form of **rafiki**. This minimizes the problems of shifting from class 6 to class 10 to class 2.

For example:

singular: **rafiki wa/ya Juma.**

plural: **rafiki/marafiki wa** (cl. 2)/**za** (cl. 10) Juma (but not **marafiki ya** (cl.6) Juma)
singular **rafiki mzuri** (cl. 1) (and not **rafiki zuri** (cl. 5) or **nzuri** (cl. 9))
plural **rafiki/marafiki wazuri** (cl. 2) (and not **marafiki mazuri** cl. 6))

B. Diminutives

These are formed with the help of the **ki/vi** prefixes and express the concept of 'small', 'tiny'. Depending on the context, it may be interpreted pleasantly or derogatorily. There are rules for the formation of diminutives.

1. With noun roots of more than one syllable take **ki/vi**
   For example:
   m – toto → kitoto/vitoto
2. If the noon root is monosyllabic or begins with a vowel, it will take **j/ji** as well as the diminutive prefix.
   For example:
   m – tu → kijitu/vijitu
   ua → kijiua/vijiua
   j – embe → kijembe/vijembe
3. Nouns of the **ki/vi** class form the diminutive by adding **ji**
   For example:
   ki – tabu → kijitabu/vijitabu
4. A derogatory meaning may result from a diminutive noun if **ji** is added.
   For example:
   kitoto → kijitoto "a bad, unpleasant kid."
   kijitu is considered pragmatically derogatory because **mtu** is a higher form of being and is therefore a respectful form. The diminutive form is, therefore, considered disrespectful.

In general, nouns in the diminutive form follow the agreement rules of **ki/vi** even the nouns designating a person or a living being.
   For example:
   (a) **Kijitu hiki kina matata sana.**
   "This thing (usually a person) is full of mischief."
   (b) **Kiua kile kina harufu nzuri.**
   "This flower (very tiny one) has a good scent."

Sometimes **ka** is used as a diminutive form instead of **ki**. Thus, **katoto kazuri**.

Kajitu haka kana matata sana.
"This thing (usually a person) is full of mischief."

C. Augmentatives

Augumentatives are formed with **ji** /**ma** prefixes to give the noun an augumentative meaning with respect to size, number, and character. The formation rules follow those of nouns in the **ji** /**ma** class (cl. 5/6). However,

1. where the root is monosyllabic or begins with a vowel, the prefix is **j/ji** for the singular and this prefix is retained in the plural.
   For example:

   m – tu → jitu → majitu

   ch – ungu → jungu → majungu

2. noun roots of more than one syllable do not take the **ji** prefix in the singular. However, the plural is formed by the **ma** prefix.
   For example:

   m – toto → toto → matoto

   paka → paka → mapaka

   There are a few exceptions and these have to be treated as idiosyncracies in the language.
   For example:

   nguzo → jiguzo → majiguzo.

   The following exemplify the N/N class in which the nasal is assimilated to the following consonant.
   For example:

   N – buzi → mbuzi

   N – dege → ndege

   N – jia → njia

   N – goma → ngoma

   Thus, the augmentative form is formed by rule 2 above.

   mbuzi → buzi → mabuzi

   ndege → dege → madege

   njia → jia → majia

   ngoma → goma → magoma
   (cf. **goma/magoma** 'bark of a tree' This is a regular form.)

Other rules of agreement follow those of the ji/ma class.
For example:
Jitu hili linanisumbua kila siku.
Majitu haya yananisumbua kila siku.
Toto hili halina adabu hata kidogo.
Matoto haya hayana adabu hata kidogo.

The meaning of both the singular and plural forms is often derogatory.

D. Collectives

Some nouns which appear in the u (cl. 11) and n (cl. 9) class have two plural forms.
For example:
unyoya → nyoya/manyoya (11-10/6)
rafiki → rafiki/marafiki (9-10/6)
samaki → samaki/masaki (9-10/6)
babu → babu/mababu (9-10/6)
mama → mama/wamama (9-10/2)

The plural form in ø/n express a general plural, while the plural form in ma or wa express collectiveness. The ma of augmentative and the ma of collectiveness do not correspond. Context can be used to disambiguate them. That is, if the general interpretation of the statement implies derogatory, then ma would imply augmentative. Otherwise it would imply collective. Thus the ma prefix of majitu and matoto which is a marker of augmentation also implies a derogatory meaning.

MSAMIATI

beseni	basin.
-bweka	make noise similar to that made by a dog.
cherehani	sewing machine.
fagia	sweep.
-fua	wash clothes with water and soap, also forge metal.
-futa	wipe.
-hukumiwa	be convicted.
(ki)wanja	field, piece of unused land.
kuchwa	past sun set, dusk (cf. *kucha* to dawn).
maendeleo	progress, development, advancement.
matata	chaos, mess, perplexity.

msamiati unaendelea

(ma)vazi	dress, garment.
(m)keka	mat.
mkurugenzi	director.
(m)tekelezaji	a person who implements, one who carries out duties.
mtoro	escapee.
mwakani	in the following year.
nanga	anchor.
nguzo	pilar, post.
-oga	take a shower/bath.
-palilia	weed, cleaning ground under cultivation.
pasi	iron (piga pasi = iron clothes)
-shona	sew.
sindano	needle.
-suka	weave, plait.
-sumbua	disturb, trouble.
-taga	act of laying eggs.
takataka	trash, rubbish.
taulo	towel.
-tunukiwa	be awarded, be endowed.
uani	enclosure, or backyard attached to the house.
ufa	crack on a wall or surface.
ugali	stiff porridge made from maize meal.
uji	porridge.
ujuzi	experience, technique, expertise, knowhow.
(u)kili	a narrow length of plaited leaf-strip of palm,. when put together form the mats called mkeka.
(u)kindu	dry palm leaves used for plaiting mats.
(vi)jakazi	female slave.
(vi)faranga	chicks.
wasemaji	speakers.
-wiana	resemble, be of equal status, balance.

SOMO LA NNE

MAZOEZI MAALUM

A. Kamilisha sentensi hizi kwa kutumia 'o' ya uhusiano (relative pronoun)
 1. Vyombo ali......nunua havifai kutumiwa katika nchi za joto.
 2. Uhuru ana......zungumzia ni uhuru wa bendera.
 3. Mahali tuta......fanyia sherehe ni hapa.
 4. Mila na desturi mli......taja ni za nchi gani?
 5. Panya wana......wasumbua wakulima huanza kutokea baada ya masika.
 6. Aliwaleta wageni wali......fika jana.
 7. Tuletee motokaa zita......weza kupanda milima hii bila matatizo.
 8. Wanakunywa maziwa yali......oza.
 9. Milima hii ni ile tuli......sikia kwamba ina madini za kila aina.
 10. Walitumia wanyama wali......letwa kutoka bara kwa shughuli za utafiti katika maabara yao.

B. Badilisha sentensi 1-10 hapo juu kwa kutumia 'amba-'

C. Ziandike sentensi 1-10 kutoka fungu A kwa kukanusha

(*tazama habari za sarufi kwanza*)

Ufahamu

MALEZI YA WATOTO

Neno la kwanza analotamka mtoto ni "mama". Mtoto huongozwa na mama yake. Nyumbani, mama huwa kama mvuto wa smaku katika nyoyo za watoto wake. Mama ni mfano wa nyota ya uongozi katika maisha ya wanadamu wote. Ukubwa wa kazi anayoifanya mama mmoja ni sawa sawa na kazi ya waalimu wote watakaoyajenga maisha ya mtoto baadaye.

   Uongozi wa mtoto huanza siku anayozaliwa mtoto. Maumbile ya mtoto hujengwa na yale anayoyaona kila siku. Hutumia anayoyasikia, na anayoyaona kama ni mfano wake wa kuiga. Kutokana na mifano hiyo, hujifunza tabia, desturi, mila na utamaduni wa namna ya kusema na kuwasiliana na wanadamu wengine. Kwa hivyo, mama ni mwalimu wa kwanza na ndiye mwenye jukumu kubwa kwa maisha ya mwanaye. Nyumba ya mama ni shule ya kwanza ya mwanaye. Katika nyumba hiyo, mtoto anajifunza subira, ustahimilivu, nidhamu, umuhimu wa kazi, na utiifu. Kwa hivyo, ni kweli kusema kwamba mtoto kabla ya kwenda shuleni huwa ameshajifunza mambo mengi ya maisha yake. Hata baada ya kwenda shule, msaada wa mama bado unahitajika. Mama ndiye anayemfundisha mwanaye uangalifu katika masomo yake na kazi mbalimbali. Humwonya juu ya marafiki wabaya na kumshauri juu ya marafiki wema.

Mwalimu humfundisha mtoto masomo ya vitabuni na humsaidia mtoto kuyaoanisha na yale ambayo alifundishwa na mamaye. Kwa hivyo, kama mtoto hana malezi bora, hawezi kufanikiwa katika mambo mengine. Kuna methali isemayo, "Mtoto unavyomlea, ndivyo anavyokua." Hii ni kweli, kwa sababu ubovu wa tabia ya mtoto huanza nyumbani na sio shuleni. Kama mtoto anafuata njia za marafiki wabaya, ni budi mama kumkanya mapema kabla hajazoea tabia hizo mbaya. Kuna methali nyingine isemayo, " Udongo upatize ungali maji". au, "Fimbo ikunje ingali mbichi."

MASWALI YA UFAHAMU

Jibu maswali yafuatayo

1. Mtoto huyapata wapi mafunzo yake ya kwanza?
2. Kuna tofauti gani baina ya mafunzo ya nyumbani na yale ya shuleni?
3. Kama mtoto ana tabia mbaya, nani alaumiwe?
4. Taja methali ambazo hutumiwa kuonyesha malezi bora ya watoto.
5. Chagua methali moja, na andika hadithi fupi kuifafanua methali hiyo.

Tumia maneno haya katika sentensi kuonyesha maana yake kamili

tamka	nyoyo	nidhamu
maumbile	iga	utiifu

Kazi Maalum

Wanafunzi wazungumze juu ya tofauti zilizopo baina ya wajibu wa baba na mama katika familia zao.

HABARI ZA SARUFI

The Relative form

Relativization in Swahili takes two forms. Either by attaching the relative pronoun on **amba-** or by inserting the relative pronoun between the tense and the verb root. In cases where the object marker is also present, the object marker follows the relative pronoun.
For example:
aliyepiga.
aliyempiga.
The relative pronouns are similar to the demonstrative form **o** used as a deictic. For living beings, the singular form is **ye**.

There are tense/aspect restrictions when the relative pronouns are used. The relative pronoun may be inserted in the verb form only if the verb has the **na, li,** and **ta** tense markers. With **me** tense, and the conditional tenses (cf. Lesson 11) the relative form may be used by attaching it to **amba-**. The relative form cannot be used when the verb has the aspect marker **-ka-** which is used in narratives to indicate subsequent actions (cf. Lesson 9). Notice that the future relative tense is **-taka-**. This is generally the full form for the future tense. The short form **-ta-** is reserved for the simple future while the full form is commonly used with the future relative tense and implies "to be on the point of".

Negating the verb of a relative clause.

There are two ways a verb of a relative clause can be negated:
1. Where the relative pronoun is attached to **amba-**, negation follows the regular negative formation rules.
For example:
a. **Mtu ambaye alifika.**
b. **Mtu ambaye hakufika.**
c. **Mtu ambaye anafika.**
c. **Mtu ambaye hafiki.**
2. Where the relative pronoun is an integral part of the verb morphology, **-si-** is introduced to the verb form, and follows the subject marker. The structure will also lack tense marking irrespective of the implied time reference. For example:
a. **Mtu atakayefika.**

b. Mtu asiyefika.
c. Mtu anayefika.
d. Mtu asiyefika.

Notice the ambiguity that may result. The context will disambiguate. Otherwise, to impress on the time, **amba-** is used. The negative **si** can only be used where the time reference is either in the present and expressed by **na** or in the future and expressed by **ta**. With other time references only **amba** may be used.

MSAMIATI

-iga	imitate, copy, mimic, caricature.
jukumu	responsibility.
-kanya	rebuke, forbid.
lea	bring up a child, nurse, rear.
masika	season of heavy rain
(ma)lezi	nurturing, rearing, bringing up.
(ma)umbile	character, personality.
(m)vuto	a pulling force.
nidhamu	behaviour, manners, etiquette.
nyoyo	hearts (pl. of *moyo*).
-oanisha	marry, cause to be in harmony/in line with.
-ongoza	lead.
onya	make one see his mistakes, warn, admonish, reprove
oza	rot, go bad, putrefy.
smaku	magnet.
subira	patience, endurance.
-tamka	pronounce, speak out, say.
ustahimilivu	endurance, patience.
umuhimu	importance, need for.
utiifu	obedience.

SOMO LA TANO

A. Sahihisha sentenzi hizi
1. Mwanamke alikwenda duka kutununua mahitaji yetu.
2. Hii ni ng'ombe ya nani?
3. Maneno nilikwambia ni ya kweli kabisa.
4. Ng'ombe yetu amepotea.
5. Mimi nilimsemea alale vizuri.
6. Vifo imezidi katika mji yetu.
7. Mti huu huwezi kuanguka.
8. Nilikwenda katika Nairobi kwa sababu ya kuwa kumwona wazazi.
9. Wachezaji kwa mpira wa miguu ni hapa.
10. Wavuvi walikuwa pumzika karibu na bahari.

B. Badilisha sentenzi zifuatazo katika kauli ya kutendewa
Kwa mfano:
Mimi ninampenda sana mama yangu.
Mama yangu anapendwa sana na mimi.
1. Watoto watapika chai ya asubuhi.
2. Walimwendea mwalimu wao ofisini kwake.
3. Atasema habari zote.
4. Atakulazimisha kunywa chupa tatu za bia.
5. Watu huzungumza Kiingereza sehemu nyingi duniani.
6. Atachukua pesa zote atakapofika.
7. Atamfunga kamba miguuni.
8. Mama alizaa mtoto mzuri hospitalini.
9. Jaji aliamua kesi bila shida.
10. Walitengeneza motokaa yake lakini bado ni mbovu.

Ufahamu

USAFIRI UNGUJA

Mara nyingi babu zetu hutushangaza kwa hadithi za kale. Baadhi ya wakati huwa ni mtindo wa kutaja mambo ambayo hayapo. Siku moja alizuka na kusema, "Zamani Unguja kulikuwa na magari ya farasi!. Yalikuwapo ya kukokotwa na farasi mmoja mmoja, wawili wawili na hata wanne kwa pamoja.

Sikupenda kumkaidi ingawa mimi katika kufungua macho yangu nimeona magari ya ng'ombe na punda tu.

Siku nyingine akasema, Unguja ilikuwepo reli, ikipakiwa abiria na mizigo. "Hee, hata reli!" nilisema kwa mshangao. Hata babu alishtushwa kwa jinsi nilivyostaajabu.

"Nadhani unaona hayamkini kwa kisiwa kidogo kama hiki kuwa na usafiri wa namna hiyo. Kwa kweli, reli ilikuwapo na ilidumu kwa kiasi cha miaka ishirini na tano hivi. Ilikuwa ikiondokea hapa Forodhani mjini na kwendea Bububu, ambako ni kilometa kumi na moja kuelekea kaskazini. Ingawa masafa hayo si marefu, na safari ni fupi lakini kulikuwa na vituo vingi vidogo vidogo kati yake ambavyo abiria pamoja na mizigo yao hupanda na kuteremka. Vituo hivyo ni pamoja na Malindi, Gulioni, Saateni, Sharifu Musa, na Kibweni."

"Treni hiyo ilikuwa ikienda na kurudi kutwa mara nne. Katika muda wote huo wa kukaa kwake haikupata kutokewa na hatari ya kugongana wala kupinduka. Sababu ni kuwa haikuwa ikipishana na treni nyinginezo wala haikuwa na mabehewa mengi ila matano tu, ya abiria na mizigo. Kwa jumla safari za reli hii zilikuwa na raha sana kwa abiria. Njia yake ilisadifu kupita karibu na pwani, kwenye upepo maridhawa wenye kuburudisha joto la jua kali."

"Kadhalika, rangi ya buluu ya bahari ilivutia na sauti za mawimbi yakisukumwa na upepo wa maleleji ziliwatumbuiza abiria. Kwa upande wa pili, kulikuwa na mandhari nyingine tofauti. Reli hii hii ikipita chini ya vivuli vya miti kama minazi na miembe iliyonawiri na kukoza kwa rangi zake za kijani. Fursa zote hizi zikipatikana bila abiria kupunjana kwani mabehewa yao yalikuwa yakiachwa wazi sana ili mwangaza uenee ndani kwa nafasi."

"Mwisho wa safari zake, treni hii ililala Ngome Kongwe. Humo vile vile, ndimo mlimokuwamo kiwanda chake cha kuchongea vipuri pamoja na kufanya matengenezo mengine."

Hii hadithi ya kuwapo kwa reli Unguja na magari ya farasi inakaribia kuwa ni maelezo ya kuchekesha tu, kwa jinsi hali ya namna ya usafiri ilivyobadilika. Sasa zipo gari za aina kwa aina katika kila barabara.

MASWALI YA UFAHAMU

Jibu maswali yafuatayo

1. Kwa nini mwandishi wa hadithi hii alishtuka?

2. Reli iliyokuwapo Unguja ilidumu kwa muda gani?
3. Kwa nini palikuwa hapajatokea ajali ya treni kwa muda wote huo?
4. Safari ya treni ilipitia vituo gani?
5. Taja umuhimu wa kituo cha Ngome Kongwe.
6. Kwa nini mwandishi anasema kwamba safari ilikuwa ya raha sana?

Tafuta maana ya maneno yafuatayo kulingana na yalivyotumiwa katika hadithi.

abiria	maridhawa	behewa
kiwanda	maleleji	vipuri
mandhari	fursa	kudumu
kushtuka	kustaajabu	masafa
kusadifu	kutumbuiza	kunawiri

Kazi Maalum

Wanafunzi wazungumze juu ya safari waliyofanya na ambayo iliwapendeza

HABARI ZA SARUFI

The Passive form

The passive is indicated by inserting **w** before the final vowel **a**. The subject of the active verb is replaced by the object which changes its grammatical role to the subject of the passive verb. The old subject becomes redundant, but may optionally appear at the end of the construction with the **na** of association. The two will form a prepositional phrase equivalent to the English "by" phrase. In the case of an instrument, the prepositional phrase will have **kwa** instead of the **na**.

For example:

Alipigwa na mama.

Alipigwa kwa fimbo.

Depending on the meaning of the verb root and common usage, most Swahili verbs can take the passive form.

1. Verbs which form the passive by inserting the **w** before the final vowel include:
(a) verbs with **-a** as the final vowel in the finite form. This includes most of the verbs of Bantu origin.

(b) verbs in which the final vowel is preceded by a consonant or a vowel **e** or **i**.
For example:
pika → pikwa
pokea → pokewa
tia → tiwa

2. Other verbs of Bantu or Arabic origin take the passive form of the "applied" (also called "prepositional", "directive", "-i- extension") form of the verb. This includes also the verbs that are already extended by the applied forms: **-ea, -ia, -lia, -lea.**
For example:

Bantu:
chukua → chukuliwa
ondoa → ondolewa
la → liwa
pa → pewa

Arabic
badili → badiliwa
samehe → samehewa

verbs with applied forms:
pikia → pikiwa
zalia → zaliwa
somea → somewa
ondolea → ondolewa

MSAMIATI

abiria	passenger(s).
-burudika	be refreshed, comforted, be cooled.
-chonga	carve, make from wood or metal by carving or forging.
-dhani	think, suspect, guess.
-dumu	last, survive hard conditions.
-gongana	collide, bang on each other, hit on each other.
farasi	horse.
hayamkini	impossible (yamkini = possible).
jaji	a judge.
-kaidi	contradict, be obstinate, be head-strong.
kesi	lawsuit, case (criminal or civil).
-kokota	drag, pull along, haul, draw (a cart).
-koza	be well seasoned, have the right amount of color/seasonings.
kutenda	to do, (in grammatical terms "active").
kutendewa	to be done to (in grammatical terms "passive").
maleleji	season of uncertain and changing winds. between the monsoon and during the rains.
(ma)behewa	compartment or carriage of a train.
mandhari	environment, landscape, physical features of the land.
maridhawa	in abundance, plenty, sufficient.
(ma)wimbi	wave, tide.
(m)shangao	amazement, bewilderment (cf. -shangaa)
(m)tindo	style, mannerism, way of doing something.
(m)zigo	load, luggage.
-nawiri	look healthy, nourished, attractive.
-pakia	load onto (cf. *pakua* - unload).
-pinduka	turn over, overturn.
-punja	give short measure, give less than is due, cheat, swindle.
-sadifu	turn out to be good/well/proper/right/exact.
-staajabu	wonder, be astonished, feel surprise.
-teremka	descend, climb/slide downwards.
-tumbuiza	entertain with music.
(vi)puri	spare parts.
-vutia	attract, interest.
-zuka	appear suddenly, emerge, pop up, invent for.

SOMO LA SITA

MAZOEZI MAALUM

A. Jaza nafasi hizi kwa kutumia neno -faa

Kwa mfano: *kiti: kiti kifaacho.*
1. Yeye ni mwalimu ....
2. Alimpa pesa .... matumizi ya mwezi mzima.
3. Sentenzi hizi, si .... kuonyesha maana kamili ya maneno haya.
4. Walichagua nchi ....kupewa msaada wa kimataifa.
5. Hayo ni maazimio .... kwa maendeleo ya nchi.
6. Je, walizileta meza ....?.
7. Hawakuweza kupata msaada ....
8. Mnaweza kuleta kitu chochote .... kwa sherehe.
9. Walipanda miti .... kwa utoaji wa mbao za ujenzi.
10. Mbuzi huyu, ndiye .... kuchinjwa.

B. Yafuatayo ni majina ya sehemu za mwili. Vionyeshe viungo hivi katika picha. Halafu, yapange majina haya katika mafungu kulingana na madarasa ya nomino za Kiswahili

sikio	nywele	pafu	kisogo
kivi	jicho	kitovu	paja
pua	kwapa	kidevu	mdomo
utosi	taya	kifundo	goti
uwayo	shingo	kiuno	mgongo
moyo	utumbo	figo	koo
tako	bega	kifua	mbavu
kidole cha pete	kidole gumba	kisigino	
vidole vya mguu	vidole vya mkono	panda.	

Sehemu za mwili wa binadamu

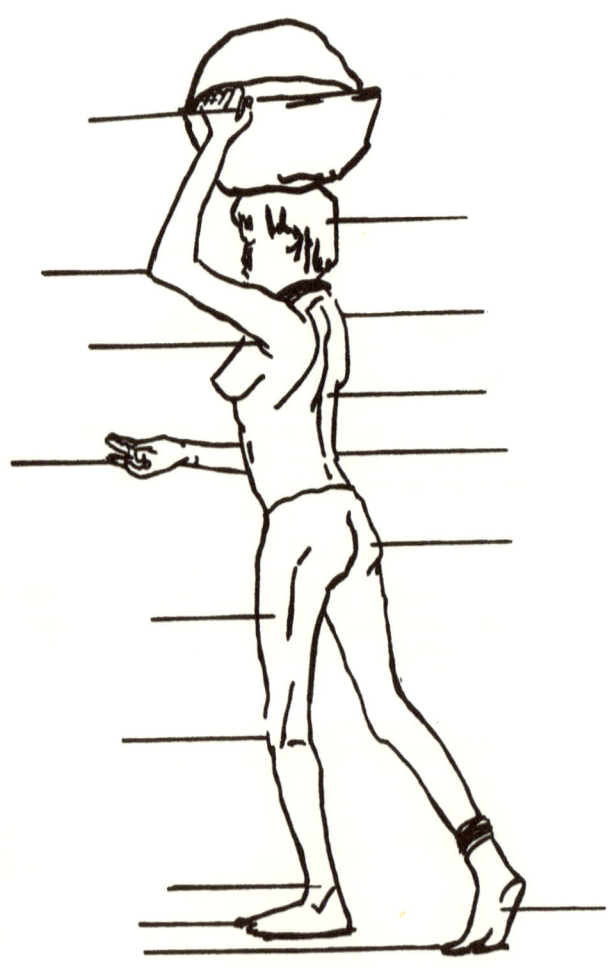

Sehemu za mwili wa binadamu

Ufahamu

MATUMIZI YA LUGHA

Watu wengi huko Afrika wana bahati ya kuzungumza lugha mbili au tatu. Katika sehemu moja iitwayo Usangi huko Tanzania, wenyeji wanasema lugha tatu maalum ambazo ni Chasu, Kiswahili, na Kiingereza. Kati ya lugha hizi tatu, ipendelewayo zaidi ni Chasu, ambayo ni lugha mama ya wenyeji wa Usangi. Inaonekana ni lugha ya kwanza kwa watu wa Usangi kwa sababu watu wa Usangi ambao hawajaenda shule, kama vile wazee, na watoto wadogo, hawafahamu lugha nyingine isipokuwa Chasu.

Kiswahili ni lugha ya kufundishia. Huko Usangi, zamani watu walijua Chasu tu kwa sababu palikuwa hakuna mtu ye yote ambaye alikuwa anawafundisha Kiswahili.

Lugha ya Chasu hasa, hutumika nyumbani, njiani hata madukani. Kiswahili kinatumika katika miji mingine mingi ambayo ina Waswahili au watu wajuao Kiswahili. Kiswahili kinatumika sana Tanzania kwa sababu ni lugha ya Taifa, ambayo inatumika katika shule, shughuli za biashara, shughuli za dini, shughuli za serikali na mahali pengine pengi.

Kiingereza ni kigumu sana, kwa watu wa Chasu na Tanzania nzima. Lugha hii hufundishwa shuleni. Kwa kawaida hupewa vipindi vitatu au vinne kwa juma. Lakini, wanafunzi hawapati nafasi ya kuitumia lugha hii kikamilifu mpaka wamalize masomo ya shule za msingi na kuingia sekondari. Katika shule za sekondari, wanafunzi hufundishwa baadhi ya masomo yao kwa Kiingereza. Hufundishwa somo la Kiingereza pia. Hata hivyo matumizi yake ni kidogo sana ukilinganisha na Kiswahili. Wanafunzi hutumia Kiswahili kwa mazungumzo yao ya kila siku na Kiingereza darasani iwapo mwalimu wao anatumia Kiingereza.

Ikiwa mtu atasafiri nje ya Tanzania, anaweza kujifunza Kiingereza zaidi kwa sababu njia kuu ya mawasiliano ni Kiiingereza. Hata hivyo, nafikiri watu wawezao kusema lugha mbili au tatu wana bahati sana. Kujifunza lugha ambayo ni tofauti sana na lugha mama si jambo rahisi. Inahitaji kazi na bidii nyingi. Njia mojawapo ya kuimarisha ujuzi huo ni kusoma vitabu vilivyoandikwa kwa lugha hiyo na kujaribu kuizungumza kila ipatikanapo fursa ya kufanya hivyo.

MASWALI YA UFAHAMU

Jibu Maswali yafuatayo
1. Kwa kawaida watu wa Afrika wanaweza kusema lugha ngapi?
2. Taja lugha mbili za Kiafrika ambazo unazijua.
3. Wenyeji wa Chasu wanaweza kuzungumza lugha ngapi?
4. Wenyeji wa Chasu wanatumia lugha zote tatu sawa sawa?
5. Mwandishi anasema nini juu ya Kiingereza?
6. Ili kuimarisha lugha, mwanafunzi hana budi kufanya nini?

Kazi Maalum

Wanafunzi watoe mawazo yao juu ya matumizi ya lugha katika sehemu wanazoishi.

HABARI ZA SARUFI

More on Relativization

In Lesson 6, we discussed the two ways a relative pronoun can be used. These are, by attaching it to **amba** or by inserting it into the verb. In this Lesson, we saw cases in which the relative pronoun appears as a suffix on the verb. In such cases, the verb does not have a tense prefix. Thus, the construction carries no time implication. Depending on the context, the interpretation may have a present, future, habitual, or past time reference.

Recall the proverb in Lesson 6:
Mtoto unavyomlea ndivyo anavyokua

Ordinarily this proverb is cited as: (it was changed to suit our purposes in Lesson 6)

Mtoto umleavyo ndivyo akuavyo.

As such it does not have a specified time reference. Suffixing the relative pronoun on the verb is also considered a preferred way to relativize on a verb which has a stative interpretation (cf. Statives in the grammar section of Lesson 13.)

MSAMIATI

baadhi	some, an assortment.
fursa	chance, opportunity.
goti	knee.
gumba	big toe/finger.
-imarisha	strengthen.
kidevu	chin.
kifo	death(cf. kufa).
kifundo	knot, ankle.
kikamilifu	in fullness, completely.
kisigino	heel.
kitovu	navel.
kiuno	waist.
kivi	elbow.
-linganisha	compare.
mawasiliano	communication.
mgongo	back, backbone.
paja	thigh.
panda	forehead.
-ridhisha	satisfy.
taya	jaw, jaw-bone.
utosi	crown of head.
uwayo	palm of foot.

SOMO LA SABA

MAZOEZI MAALUM

A. Jaza nafasi zilizoachwa
1. Ninafurahi —(sikia) kwamba unasoma Stanford.
2. Nani anaweza —(buni) mwalimu anatoka wapi.
3. Aisha alitaka — (eleza) matatizo yake ya nyumbani.
4. Asante kwa mazungumzo, ni lazima — (ondoka) sasa.
5. Nimefurahi —(kutana) nawe, kwa heri ya —(onana).
6. Nilikwenda mjini — (tazama) sinema.
7. Hii ni mara yako ya kwanza —(tembelea) Uingereza?
8. —(cheza) anataka lakini si katika timu hii.
9. Kwa nini —(uliza) maswali kama haya?.
10. Alifika halafu akachukua bunduki yake na —(anza) —(piga) risasi ovyo.

B. Andika miaka hii kwa maneno

1.	1732	6.	586
2.	1485	7.	1870
3.	1653	8.	1215
4.	1923	9.	2049
5.	1097	10.	1968

Ufahamu

UHURU NI NINI?[2]

Watu wengi wanafikiri kwamba uhuru maana yake ni uhuru kutoka katika utawala wa wakoloni. Lakini kama nchi ni maskini na wananchi wake hawana elimu ya kutosha, ni wajinga na wanyonge, basi nchi hiyo si huru hata kama si koloni la nchi nyingine. Tunasema nchi hiyo ina uhuru wa bendera tu na haina uhuru kamili. Kama nchi haina uhuru kamili, taifa lo lote la kigeni lenye maendeleo na nguvu zaidi linaweza kuhatarisha uhuru wa nchi na wananchi wake. Je wananchi wanaweza kuulinda uhuru wao kwa njia gani? Kwa kujitegemea.

Ni dhahiri kwamba uhuru maana yake ni kutosumbuliwa na njaa, maradhi, na umaskini. Haya yanategemea maongezeko ya mali na elimu nchini;

maana watu wanaweza tu kutumia mali waliyoichuma. Na hata uhuru wa mtu binafsi utakuwa na maana kama shabaha yake ni maendeleo. Mtu anaweza kutetea haki zake bara-bara kama haki hizo anazijua, na anazijua sheria zinazomlinda kitaifa na kimataifa. Nchi, ambayo watu wake wanaelewa mambo haya, ni huru na tunaweza pia kusema kwamba nchi hiyo ina maendeleo. Lakini maendeleo ni nini?

Maendeleo si mabarabara, majumba, kuongezeka kwa mazao, na vitu vingine vya aina hii. Hivi ni vyombo vya maendeleo. Kazi ya barabara ni kumwezesha mtu kusafiri au kusafirisha mazao yake. Kwa hivyo, faida ya barabara mpya ni kumpa mtu uhuru wake wa kusafiri na kusafirishia mazao yake. Kama serikali inaamua kuongeza idadi ya majengo ya shule, itakuwa vizuri kama majengo hayo yanaweza kutumiwa kuongeza ujuzi wa elimu ya watu. Kama wananchi wataongeza mazao kama vile mazao ya ngano, mahindi na maharagwe ni kwa lengo la kujipatia chakula bora zaidi. Mazao ya biashara yana lengo la kuwapatia wananchi fedha za kununulia vitu vingine vya maendeleo. Kama wananchi wanajitegemea, uchumi wa nchi hiyo utakuwa mzuri pia. Uchumi mzuri utawafanya wananchi kuwa na afya bora zaidi, starehe zaidi, na elimu zaidi. Huu ndio uhuru wa kweli. Maendeleo yasiyokuwa maendeleo ya watu hayana maana kwa Waafrika. Mapiramidi ya misri, na mabarabara ya Warumi yaliyoko Ulaya yalikuwa maendeleo ya vitu ambavyo mpaka leo yanatushangaza. Lakini hayakuwa maendeleo ya watu na sehemu kubwa ya maendeleo na utamaduni wa nchi hizi, imeteketea zamani sana.

Kwa hivyo uhuru ni kujitawala, kujitegemea na kufanya yale ambayo yanawaletea wananchi wengi maendeleo. Mipango ya maendeleo ya nchi lazima iwe na lengo la kuwafaidia watu wengi na kumaliza shida zao. Kila mpango uamuliwe kwa kupima kama unatimiza shabaha ya maendeleo, na shabaha ya maendeleo ni watu.

MASWALI YA UFAHAMU

Jibu maswali yafuatayo
1. Mwandishi anatuambia uhuru maana yake ni nini?
2. Kama wananchi hawana uhuru wa kweli wanaweza kuwa na maendeleo? Toa maelezo kwa jibu lako.
3. Mwandishi anasema kwamba majengo na mabarabara si maendeleo. Je unakubaliana naye?
4. Mwandishi anasema utajuaje kama nchi fulani imeendelea?
5. Mazao ya chakula na biashara yanawasaidiaje wananchi kupata maendeleo?

6. Kwa kutumia Kiswahili tu, andika maana ya maneno yafuatayo. Unaweza kutumia kamusi lakini zingatia matumizi katika kifungu ulichosoma.

dhahiri	tegemea	lengo
wajinga	wanyonge	silaha
gharama	njaa	maradhi
ongeza	teketea	teseka
shangaza	faidia	amua

7. Chagua maneno matano kutoka (6) uyatungie sentensi.

Kazi Maalum

Wanafunzi watoe mawazo yao kuhusu mada ya "Uhuru"

HABARI ZA SARUFI

The Infinitive Form

There are two basic functions for the infinitive form of the verb in Swahili which have to be distinguished from each other.

(a) The verbal infinitive as in

Ninapenda kula mihogo. "I like to eat cassava.

This usage is similar to the infinitives in English.

(b) The verbal noun. This may be considered equivalent to the English gerund form or the infinitive form.

For example:

Kuimba ni kazi ya watoto.

"Singing is children's work."

or

"To sing is children's work."

This usage should be straight forward at this stage of the student's knowledge of the language. We want to concentrate on the usage as exemplified in the exercises at the beginning of this Lesson. The examples show two actions one of which is expressed by the infinitive.

1. A statement introduced by the following adverbial phrases is expressed by the infinitive form of the verb. **baada ya, kabla ya.** The following examples are helpful.

   Baada ya kusoma, alienda kulala.

"After reading, he went to sleep."
Kabla ya kusafiri, aliwaambia watoto wake watunze mali yake vizuri.
"Before he travelled, he told his children to take care of his wealth."

Sometimes **lazima and afadhali** are followed by the infinitive form of the verb although the subjunctive form is more regularly used. When the infinitive form is used, the statement receives a general (rather than a specific) interpretation.

Ni lazima kusoma kila siku.
"It is a must to read everyday."
Ni afadhali kuacha motokaa nyumbani na kutembea.
"It is better to leave the car at home and walk."

2. When two actions are closely related but the second is not a resultant or subsequent in time to the first, the second action is generally expressed using the infinitive form.
For example:
Walikuja mara moja na kuondoka.
"They came briefly and left."

3. If an infinitive verb precedes a finite verb form in a construction, the idea in the infinitive verb is given prominence.
For example:
Kulala apenda sana, ni kufanya kazi hapendi.
"To sleep, he likes very much, it is to work that he does not like."
or
"As for sleeping, he likes very much, it is working that he does not like."

4. When the infinitive follows the verb of the finite form it emphasizes the main idea in the verb of the finite form.
For example:
Wanaweza kutetea haki zao barabara.
"They can defend their rights effectively."

5. The infinitive form can be used in a situation where tact is required. As such it is used in an impersonal sense.
For example:
Ninafikiri ni afadhali kuondoka sasa.
instead of
Ninafikiri ni afadhali uondoke sasa.

"I think it is better (for you) to go now."
It is most helpful in questions that can be interpreted as patronizing. For example:
Kwa nini kufanya hivyo?
"Why do that?"
instead of
Kwa nini unafanya hivyo?
"Why are you doing that."

Negative of ku-

The negative of **ku-** is **kuto-**. For example in the reading lesson we have:

...uhuru wa kutosumbuliwa na njaa, maradhi, na umaskini.
"The freedom not be troubled by hunger, sickness and poverty."

MSAMIATI

barabara	broad road, highway
bàrá-bàrá	exactly, quite right, just as it should be, agreed.
barafu	ice.
bendera	flag.
binafsi	self, (*mtu binafsi* an individual)
bora	good, appropriate, fine, valuable, excellent, high class.
bunduki	gun.
-chechemea	limp.
-chuma	pick, pluck, reap, harvest, acquire wealth, reap.
dirisha	window.
dola	reign, empire, kingdom, royal government
dhahiri	clear, exact, undoubtedly.
-faidia	profit (cf. faida).
fani	worthy, fitting, prosperous.
haja	need, necessity.
haki	right(s)
hiari	free will.
-husiana	be acquainted, relate.
idadi	amount, measure of countable items.
ijapo	even if, supposing that, although.
kahawa	coffee.
kelele	loud noise.
kifani	unique, equalled, similar to.
kimataifa	internationally
kitaifa	nationally.
lengo	target, intended outcome, aim.
licha	not only....but..
linda	protect, guard.
mada	topic of discussion
madhali	while, since, when, if, seeing that, because.
(ma)haragwe	kind of bean.
mali	wealth, possessions.
(ma)piramidi	pyramid.
maradhi	desease, illnesses, sickness.

msamiati unaendelea

maskini	poor
matata	troubles, confusions, problems.
(m)konge	sisal.
(m)kongwe	very old (of a person).
(m)korofi	evil minded, tyrannical, destructive, malignant, brutal.
(m)nyang'anyi	robber.
(m)pango	plan, arrangement, organization.
(m)pishi	a cook.
(m)seja	bachelor, an unmarried man.
(m)taalamu	expert, educated, scholarly, well-informed.
(m)taratibu	careful, orderly, (also quiet, methodical).
mtungi	an earthen pitcher, water jar made of baked earthenware.
(mw)ema	good, pleasant.
-nawa	wash oneself.
ngano	wheat.
njaa	hunger
-panua	open wide, widen, increase the size.
pamba	cotton.
-pima	take measurement, examine, think.
risasi	bullets.
-shangaza	astound, astonish, amaze, dumbfound.
starehe	relaxation, pleasure, enjoyment.
-teketea	be consumed, be destroyed, be ruined.
-tetea	defend, support.
-tumia	use, exploit.
-timiza	fulfil, complete, perfect, finish.
-timka	trot, run (also be ruffled as of hair or feathers).
uchumi	economy.
utamaduni	culture, a way of life.
(wa)jinga	fool, idiot, unwitty, stupid.
(wa)nyonge	weak persons, (unyonge = weakness)
Warumi	Romans.
wazi	open, openly, clear, clearly, obvious.
-zingatia	take into account, consider, take note, include, remember.
-zirai	faint, lose consciousness.
zoezi	exercise.

SOMO LA NANE

MAZOEZI MAALUM

A. Tumia neno sahihi ili kujaza nafasi hizi

    ndipo   wa   ni
    ndiye   po   nazo
    ambayo   sana

1. Marikani Kaskazini ni sehemu kubwa .... yenye dola mbili kubwa, ...ni Umoja wa Serikali za Marikani (USA) na Kanada.
2. Askari ....polisi aliyejeruhiwa .... ndugu yangu.
3. Mombasa .... bandari kubwa .... Afrika ya Mashariki.
4. Mwalimu .... sayanzi,........... ajuaye habari hizi.
5. Hapa ...... akaa........... Meya wa mji huu.

B. Tumia '-pi' ili kukamilisha sentensi hizi

1. Alitaka kufahamu ni mwanamke ....aliyefika jana.
2. Wanafunzi hawajui darasa ...... ni lao.
3. Alileta mifuko ......?
4. Unatafuta viatu ......?
5. Mwambie ni vijana ...... waliofika jana.
6. Ulizaliwa mwezi ......?
7. Ni zawadi ...... ulizowapa watoto hawa?
8. Kuna uhuru wa bendera na uhuru kamili. Sasa unapendelea ......?
9. Watoto hao wanapendelea kucheza ......?
10. Mahali .... ambapo alitarajia kukaa baada ya kustahafu.

C. Huitwaje?

1. Mtu ambaye hawezi kusema.
2. Mdudu mdogo wa jamii ya nzige.
3. Mtu anayeuza vitu dukani au sokoni.
4. Kitabu watumiacho waislamu wakati wa kusali.
5. Watu wanaoshiriki katika michezo mbalimbali.
6. Kiongozi mkuu wa nchi.
7. Mtu mwenye ujuzi wa kuendesha ndege (eropleni).
8. Mtu mwenye ujuzi wa kuendesha meli.
9. Mtu mwenye ujuzi wa kuendesha motokaa.

10. Kitu kitolewacho bila mpokeaji kukilipia gharama.
11. Wakati wa jua kali.
12. Kipindi cha mvua kubwa.
13. Mtu awapikiaye watu wengine, kama vile katika mahoteli.
14. Mtu afuaye nguo kwa malipo ya fedha.
15. Wadudu waonekanao mahali pachafu.

Kutunga sentenzi

Chagua maneno (5) kati ya hayo uliyovumbua hapo juu na uandike sentensi moja kwa kila moja.

Ufahamu

MASHAIRI

Mashairi yalianza kutungwa zamani sana. Yalitungwa kwa sababu mbalimbali. Mara nyingi kwa kumsifu mtu, kumdhihaki mtu, kwa sababu ya huzuni au furaha ya jambo fulani, na kadhalika. Mashairi yalitungwa ili kuimbwa, lakini siku hizi si watu wengi waimbao mashairi. Hata hivyo, mashairi huimbwa katika redio au katika sherehe mbalimbali.

Katika kujifunza juu ya mashairi, tunajifunza jinsi ya kupanga mizani, beti, vina, vituo, na utoshelezi.

Sasa tutazame shairi lifuatalo:

MKULIMA

Mkulima zindukana, na mvuvi kadhalika
Ufugaji ndio sana, inafaa kuchemka
Jambo hili la maana, Arusha lilikotoka
Azimio la Arusha, mkulima lima vema

Utie mbolea kwanza, uonyeshe ustadi
Shamba lote kueneza, vipimo vimewekwa yadi
Usichojua uliza, wakuonyeshe weredi
Azimio la Arusha, mkulima lima vema

Limeni pamba na mboga, na vyakula kadhalika
Wala usiwe na woga, trekita kuzishika

Mtifue zote mbuga, utajiri kuushika
Azimio la Arusha, mkulima lima vema

Mvuvi nawe sikiliza, usije kuniuliza
Mwalimu kutueleza, yafaa kutekeleza
Inapasa kuyakuza, mabwawa kuyaongeza
Azimio la Arusha, mkulima lima vema

Tunaweza sasa kuutazama muundo wa shairi hili. Shairi hili lina beti nne. Shairi linaweza kuwa na beti nyingi, kutegemeana na anayotaka kusema mwandishi. Ubeti ni jumla ya mistari iliyopo katika sehemu moja ya shairi. Kwa kawaida, ubeti wa shairi una mistari minne kama shairi hili linavyoonyesha, na kila mstari una mizani kumi na sita. Kwa mfano mstari wa kwanza wa ubeti wa kwanza:

M-ku-li-ma zi-ndu-ka-na, na m-vu-vi ka-dha-li-ka.

Vina vya shairi ni silabi ya kati na ya mwisho katika kila mstari wa ubeti. Katika shairi hili, kila ubeti una vina vyake. Kwa mfano, ubeti wa kwanza, vina vya kati ni **na**, na vina vya mwisho ni **ka**.

Mstari wa mwisho wa ubeti huitwa kituo. Kituo kina kazi moja maalumu, kuonyesha mwisho wa ubeti. Kama mstari wa mwisho wa kila ubeti wa shairi zima ni sawa, kituo kinaonyesha kiini cha shairi zima. Kwa mfano, kiini cha shairi hili kinaonyeshwa kwa mstari wa mwisho kurudiwa katika kila ubeti. Mwandishi anawahimiza wakulima walime vema. Kina cha kati cha mstari huu ni **sha**, na kina cha mwisho ni **ma**. Kujitosheleza kwa shairi maana yake ni kila ubeti kuwa na maana yake kamili bila kutegemea ubeti unaotangulia au unaofuata.

Mashairi mengi huandikwa kama shairi la hapo juu.

MASWALI YA UFAHAMU

Jibu maswali haya

1. Mshairi anaweza kuwa na madhumuni mbalimbali ya shairi analotaka kuandika. Yataje.
2. Zamani mashairi yaliandikwa ili........................
3. Shairi huwa na vipengele vifuatavyo: ubeti; vina; mizani; kituo. Kwa kutumia shairi hili, vifafanue vipengele hivi.
4. Vina vya shairi zima ni sawa? Thibitisha jibu lako.

Kazi Maalum

Wanafunzi watafute shairi moja fupi na kulifafanua darasani wakionyesha mwandishi anasema nini katika shairi hilo. Ifuatayo ni orodha ya makala ya ushairi ambayo wanafunzi wanaweza kutumia.
1. Pambo la Lugha : *Shaaban Robert, 1968. Oxford Press, Nairobi.*
2. Sheria za kutunga mashairi : *Abedi K. Amri, 1973. EALB. Kampala.*
3. Mashairi ya Mfungo wa Ramadhani : *Sengo, T. S. Y.,1979. EAP. Arusha.*

MSAMIATI

beti	verse.
-dhihaki	ridicule, mock, deride, make fun of.
-enea	spread, cover a large area.
-fafanua	explain, describe, clarify.
huzuni	sadness.
-jeruhi	injure.
kina	rhyme, final syllable.
kituo	stop, pause, a note of punctuation.
-kuza	make grow, cause to get bigger.
(ma)dhumuni	intention.
mbuga	steppe.
meya	mayor.
mizani	meter.
muundo	structure.
nzige	locust.
sahihi	correct.
sherehe	celebration.
silabi	syllable.
-tekeleza	take action, carry duties through.
-tekeleza wajibu	carry out responsibilities.
-tifua	make dust, cause to rise like dust.
-tunga	compose.
utoshelezi	sufficiency, adequacy, satisfaction.
ustadi	skill, experties, capability.
weredi	skill, cleverness.
woga	fear, a scare.
-zindua	remove something fixed firmly, set free from a spell. Also used to mean inaugurate.
-zinduka	come out of a spell or trance.

SOMO LA TISA

MAZOEZI MAALUM

A. Kamilisha sentenzi zifuatazo kwa kutumia neno lifaalo kati ya haya yaliyomo katika alama za vifungo ()

1. Ukienda kuoga ni budi .... nguo zako kwanza (ufue; uvue).
2. Moto hauwaki wala moshi .... (haufuki; hauvuki).
3. Leo .... nguo zake rasmi (hakuvaa; hakufaa).
4. Ametajirika kwa .... mali ya baba yake (kurithi; kuridhi).
5. .... watu wengi pana kelele nyingi pia (kwenye; penye).
6. .... nisaidie kwa sababu nina shida kubwa sana (tafadhali; afadhali).
7. Nilimwambia .... nisemayo (asikie; asikilize).
8. Alikuwa hana .... aliyemwibia pesa zake ni jirani yake (shaka, - mashaka).
9. Nchi zetu hazikubali kutoa hata .... moja ya ardhi kwa mabepari (nchi, inchi).
10. Baada ya kupika mama ali............ chakula na kuwapa watoto (pakua; pakia).

B. Malizia sentensi hizi kwa kutumia 'ka'

1. Aliamka, halafu ....(kula) chamshakinywa.
2. Maharamia walikivamia chombo, kisha ....(pora) mali yote iliyokuwemo.
3. Musa alivuta kiko chake mara mbili, tatu, ndipo ....(eleza) inspekta wa polisi mambo aliyokuwa ameyaona pangoni.
4. Nenda kwanza ....(ona) mzee wako akupe maoni yake.
5. Kwanza aliapata shahada ya juu ya uhandisi, halafu ....(enda) kufanya kazi huko Afrika ya Mashariki.

C. Tafsiri kwa Kiswahili

1. First, the lady was surprised at hearing this, and then began to question the boy.
2. He attended the meeting, and then left for his home town.
3. The dog continued to look for the animal and then suddenly it heard the lion roaring.
4. The parents arrived, then the ceremony began. It went on for a while, and then someone entered from the back door. He announced that the wedding should not take place.

5. Everyone was astonished at this announcement, and they just looked at the man until the bride's father approached him and asked him, "What do you want from my family?" He then answered, "Everyone knows that this is my legal wife."

Ufahamu

ADUI WA WAKULIMA

"Mazao yote yanaliwa"! alisema Matiko. "Nani amekula mtama wetu?" "Nani amekula matango yetu?" " Nani amemaliza mahindi yetu?" Aliuliza Matiko. "Kama ni mtu, lazima anyongwe."

Mnyonyaji hula kitu asichopanda. Mtu anayekula vya wenzake tu bila kufanya kazi ni mnyonyaji. Ni adui yetu. Hatumtaki mnyonyaji katika nchi yetu. Katika nchi inayotaka kuendelea, lazima kila mtu afanye kazi.

Matiko aliporudi nyumbani alionekana mwenye huzuni sana. Baba yake akamwuliza, "Mbona leo una huzuni?" "Una nini" Matiko akajibu, "Wanyonyaji wamefika shambani kwetu. Wamekula mahindi, mtama, na matango yote. Nafikiria njia ya kuwakamata wevi hawa." Baba yake aliposikia hivi alimsifu Matiko. Alijua kwamba mwanae sasa amepata akili ya kujitegemea. "Twende tukawawinde", alisema baba yake Matiko. "Unawafahamu?" aliuliza Matiko. "Ndio, ni ngedere" alisema baba yake. Kisha akaendelea, "Kila mwaka tunapata taabu ya kuamia mashamba yetu. Ngedere ni wanyama wabaya sana. Ni wezi wa mazao yetu, ni adui wa binadamu."

Matiko alifurahi kusikia hayo, akawaambia rafiki zake Dihani, na Mashaka. Siku ya Ijumaa, wakaenda porini kuchonga silaha. Matiko alichonga rungu kubwa sana, Dihani akakata gongo la urefu wa meta moja, na Mashaka akachonga upinde na mishale. Kule nyumbani walimwacha baba yake Matiko anasafisha bunduki yake. Mama na dada yake waliwapikia mabumunda ya kula watakapoenda kuwinda. Mabumunda ni mikate ya ndizi na unga.

Jumamosi asubuhi walikunywa uji, na kila mmoja akala bumunda moja. Yaliyobaki waliyafunga vizuri na kuyatia katika mikoba. Baba yake Matiko alitangulia akibeba bunduki yake na mfuko wa risasi. Nyuma yake alikuwa Matiko na rungu lake, na halafu Mashaka na Dihani na silaha zao. Wote walionekana kama askari hodari waendao vitani. Kweli hii ilikuwa vita baina ya ngedere na mwanadamu.

Wakaingia msituni kimya kabisa. Wakaanza kuwatafuta ngedere. Hawa ngedere ni wanyama wajanja sana. Wanapowaona watu, hujificha juu ya miti. Kwa hiyo waliwatafuta sana mpaka jua likawa kali sana. Baba yake Matiko akasema, "Bora sasa tupumzike chini ya kivuli cha mti huu, tule mabumbunda na kunywa maji. Kila mmoja akala mabumbunda mawili na kunywa maji.

Mara ghafla wakasikia sauti. Wakaacha kula kwanza. Kumbe ilikuwa sauti ya ngedere waliokuwa juu ya mti. Mama ngedere alikuwa akimlisha mwanae.

Waliamka pole pole kuelekea mti wenye ngedere. Walipoukaribia, waliwaona wengine wakicheza karibu. Walikuwa wakiruka kutoka mti hadi mti kwa furaha kama kwamba wanasherehekea jambo fulani. Baba Matiko bila kuchelewa, alifyetua risasi mbili. Yeye alikuwa hodari wa kulenga shabaha kwani alishiriki katika vita kuu ya pili ya dunia. "Phaa, Phaa", mlio wa bunduki uliendelea. na wenziwe waliona ngedere watatu chini ya mti. Wote walikuwa maiti sasa. Waliwachukua nyumbani kuwaonyesha wana kijiji. Waliwachinja ngedere na kuchoma nyama yao. Wanakijiji wengine walileta pombe ya kienyeji na walifanya sherehe kubwa. Walicheza ngoma na kula nyama ya ngedere. Vita baina ya mwanadamu na ngedere iliishia hapo. Matiko alisema, "Sasa tunaweza kutulia, mazao yetu shambani yatakuwa salama mpaka wakati wa kuvuna." Baba yake alimjibu, "Huenda, wengine wakatuingilia tena. Tungoje kwanza kwa majuma machache kama hawatatokea, basi tutakuwa tumepona."

MASWALI YA UFAHAMU

Jibu maswali yafuatayo

1. Kuwinda ni kufanya nini?
2. Wawindaji wa hadithi walienda kuwinda wanyama gani? Kwa nini?
3. Matiko na wawindaji wengine walijiandaaje ili kwenda kuwinda?
4. Shamba la familia ya Matiko lilipandwa mazao gani?
5. Kwa nini baba yake Matiko aliweza kuwaua ngedere kwa urahisi?
6. Baada ya kurudi kijijini, walifanya nini?
7. Baba yake Matiko aliamini huu ulikuwa mwisho wa taabu ya ngedere?

Tumia maneneo haya yafuatayo katika sentenzi

mazao	matango	mnyonyaji
kujitegemea	chonga	kivuli
fyetua	chinja	choma

Kazi maalum

Wanafunzi wazungumze juu ya wanyama mbalimbali (i.e. maisha yao, faida zao, hasara zao, na kadhalika).

HABARI ZA SARUFI

A. The -ka- aspect marker

This marker is called an aspect marker rather than a tense marker because it does not have a specific time reference, For example, the past tense which indicates an action done in the past. An aspect infers its time reference from the surrounding time reference. -ka- is used to express a subsequent action or state, a connective idea. It is used mostly in narrated stories (narratives) and follows from a past tense. Therefore, its time reference is inferred from that expressed by the past tense.

It may appear in non narrative sequence as in the following passage:
Najum alikuwa kijana wa Kiarabu wa umri wa miaka ishirini na mitano, lakini nywele zake za kipilipili na pua yake nene ilionyesha waziwazi kuwa yeye ni suriama.
Najum karudi jana kutoka shamba yeye na Bwana Musa.

"Najum was a youth of Arabic ancestry, about twenty five years old, but his kinky hair and thick nose showed that he was clearly a half-cast.
Najum had just returned from the rural area, accompanied by Mr. Musa."

Mzimu wa Watu wa Kale. M. S. Abdulla (1960:1).

The use of **ka** in **karudi** does not follow from a sequence of action or state. The translation of this sentence does not include a "then" but rather "had just". However, since the passage is a narrative, **ka** indicates a narrative sequence rather than a sequence of events.

B. The Negative of -ka-

The negative form of a verb with the aspect **ka** is the same as the negative of subjunctives. That is, , **si** is used.
For example:
Kwanza alimpiga halafu akampa vitu vyake.
"He beat him up and then gave him his belongings."
Alimpa kazi halafu asimpe ujira wake.

"He employed him but then he did not pay him."

MSAMIATI

-acha	stop doing something, abandon.
adui	enemy.
-amia	protect a plantation or garden from birds and animals by keeping watch and making noises to scare them away (e.g. scare crow).
-andaa	prepare, set something.
askari	soldier, someone in an army service.
-beba	carry .
-chache	few.
-choma	pierce, insert a sharp object into the body.
-elekea	go/move/ towards, face forward.
-ficha	hide, take cover.
-fyetua	snap, fire (For example: bullets).
-fuka	give out smoke.
ghafla	suddenly, abruptly, without warning (also used as ghafula).
gogo	log of a tree.
gongo	a thick stick.
hodari	smart, brave.
inchi	inch.
-ingilia	go in for, enter, intrude, pry.
inspekta	inspector.
kali	severe, sharp, hard, bitter.
(ki)enyeji	local native, locally.
kiko	smoking pipe (*vuta kiko* - smoke a pipe).
-lenga	aim at an object (For example: with a rifle, spear).
(ma)haramia	pirates.
mahindi	corn, maize.
(ma)zao	produce, crop.
maiti	corpse, dead body.
(ma)tango	cucumber.
meta	meter.
(m)janja	clever, cunning.
(mi)koba	handbag(s).
(m)nyonyaji	sucker, one who lives off others.
(mi)shale	arrows.

msamiati unaendelea

msitu	forest.
mtama	millet.
ngedere	small black monkey.
-kamata	catch, take hold of.
-nyonga	strangle, hang (as in kill by hanging).
-pakia	load onto.
-pakua	unload.
pango	cave.
-panda	plant, grow, (also climb, go up, ascend).
-pora	take by force, steal, plunder, rob.
-pona	survive, escape without hurt, recover from an illness or hardship.
pori	steppe, uninhabited wild land.
-rithi	inherit.
-ridhi	please, content.
-ruka	jump.
rungu	a club curved from wood, mallet.
shabaha	target, aim, intention.
shaka	doubt.
-shiriki	participate.
silaha	weapon.
taabu	hardship, problem, inhibition.
-tulia	settle, be calm, be quiet.
upinde	a bow.
uhandisi	engeneering.
-vamia	pounce upon, advance with a rush upon.
vita	war.
-vua	undress, (also catch fish).
-vuna	harvest.
-waka	burn (For example: light, fire).
wevi/wezi	thieves (cf. the singular *mwivi/mwizi*).
-winda	hunt.

SOMO LA KUMI

MAZOEZI MAALUM

A. Andika sentensi kwa kukanusha au kutokanusha
1. Huyu ni mtoto wake lakini hawakai naye.
2. Mama yake ni mzee sana lakini hawamsaidii hata kidogo.
3. Alinunua viatu vyeusi akampa dada yake kwa sababu havimtoshi.
4. Kuimba kwake ni furaha kwetu.
5. Karatasi hizi zimetoka katika kitabu kile pale.
6. Kama anataka kujenga nyumba, mawe haya hayatoshi hata kidogo.
7. Mpelekee vyombo hivi jikoni.
8. Gazeti la shule hii lina habari nyingi na muhimu.
9. Kutembea kwake usiku, ni tabia yake ya siku nyingi.
10. Kiti kipi kilivunjwa na mtoto huyu?
11. Tulitegemea atarudi jana lakini hajarudi mpaka sasa.
12. Kujua kusoma ni jambo la busara katika ulimwengu wa sasa.
13. Ni adabu mbaya kusema wakati una chakula mdomoni.
14. Mpigie mama yako simu leo usiku.
15. Ni lazima kujifunza mambo haya muhimu ya maisha.

B. Matumizi ya maneno
1. Ukitaka kutafuta maneno haya katika kamusi, utatafuta maneno gani?

    yaendelezwe   mazungumzo   akahukumiwa
    nitawaambieni   linalofikiriwa   maendeleo;
    vijakazi   wanaopendana   mtekelezaji
    simtaki   walichotutunukia.

2. Chagua maneno matano kati ya haya na uonyeshe maana yake kwa kuyatungia sentensi.

Ufahamu

ADUI WA AFYA

Jumanne ni mwanafunzi wa Chuo Kikuu cha Dar es Salaam. Wazazi wake wanaishi karibu na mji wa Korogwe katika mkoa wa Tanga. Baba yake ni mzee Mweta, ambaye alikuwa na watoto watatu. Kifungua mimba ni Jumanne, na aliyemfuata ni Halima ambaye pia ni mtoto wa kwanza wa kike. Wa tatu ni Bakari. Yeye ni kitinda mimba. Nyumba ya mzee Mweta haikuwa na raha kwa sababu kila mara walikuwa wanaugua na walionekana wadhaifu kutokana na maradhi.

Siku moja Halima akashikwa na homa kali sana. Mwili wake ulikuwa moto, na alikuwa akitetemeka sana. Mzee Mweta hakujua la kufanya ila kumwita mganga. Mganga alipokuja, alimfunga hirizi shingoni na mkononi. Halima akaona nafuu, lakini kwa bahati mbaya baada ya siku tatu akafariki. Huzuni na hofu ikazidi sana nyumbani mwa mzee Mweta.

Kila wakati Jumanne alipokuwa nyumbani kwa likizo alikuwa akipendelea sana kukaa na baba yake na kuzungumza juu ya mambo mbali mbali. Baba yake alimwambia kuwa marafiki zake wamemliwaza juu ya kifo cha Halima. Walisema kuwa yote yaliyotokea ni amri ya Mungu. Alikiri kwamba hakuamini maneno haya.

Miezi mitatu baada ya kifo cha Halima, Bakari alishikwa na ugonjwa wa kuhara. Wakati huo, mama yake Bakari alikuwa Mbozi akimwuguza shangazi yake aliyekuwa mgonjwa mahututi. Mzee Mweta alianza kuwa na wasiwasi. Kwa bahati nzuri, jirani yao ndugu Hiza ambaye alikuwa daktari wa hospitali ya Mheza alikuwa nyumbani kwa likizo.

Mzee Mweta aliyakumbuka maneno ya mwanae Jumanne alipokuwa nyumbani mara ya mwisho. "Baba, magonjwa kama haya yamewasumbua watu wengi hapa nchini. Magonjwa haya yanaletwa na maji machafu, hayawezi kutibiwa kwa uganga wa kienyeji. Ni budi kwenda kuonana na daktari, na sio mganga, mara dalili ndogo zionekanapo."

Mzee Mweta alimchukua mwanae Bakari na kumpeleka nyumbani kwa daktari Hiza. Alikuwa na hofu sana. Aliamua kwenda kumwona daktari Hiza, ili mwanae Bakari asije akamfia kama Halima alivyomfia. Daktari Hiza alimchunguza mgonjwa na kukata shauri wampeleke hospitali mara moja. Daktari Hiza aliwachukua katika gari lake mpaka hospitali ya Mheza. Bakari aliandikiwa kitanda (yaani alilazwa hospitalini) ili uchunguzi uanze kufanywa na apatiwe matibabu yafaayo. Kwa sababu daktari Hiza alikuwa jirani yao, alianza kumshauri juu ya adui wa afya. Alimshauri juu ya mbu wa malaria, na nzi waletao magonjwa mbali mbali kutokana na uchafu. Aliwashauri pia kuepuka kunywa maji ambayo hayajachemshwa, na pia wayaweke maji hayo katika vyombo vifaavyo, na pia safi.

Mzee Mweta alikiri kwamba mwanae Jumanne alikwisha kumshauri hivyo pia, na wameanza kujitahidi kujenga nyumba safi, choo, na bafu la kuogea. Alisema mwanae Jumanne amalizapo masomo yake ya Chuo Kikuu atakuwa Bwana Afya na ataleta huduma hizo nyumbani. Alitegemea pia kwamba kipato cha mwanae baada ya kuajiriwa na serikali kitakuwa kinawasaidia kuendeleza na kuinua maisha yao. Watawaza kula vizuri zaidi na kulala vizuri. Maadui wa afya hawataweza kuwapata kamwe. Alikiri kwamba, watu wathaminio usafi na wafuatao kanuni za afya hawana taabu nyingi za afya.

MASWALI YA UFAHAMU

Jibu maswali yafuatayo

1. Maadui wa afya ni nani?
2. Ugonjwa gani uliomwua Halima?
3. Bakari alikuwa na ugonjwa gani?
4. Nini tofauti baina ya matibabu aliyopewa Bakari na yale aliyopewa dada yake?
5. Daktari Hiza alimshauri nini Mzee Mweta?
6. Mzee Mweta alikuwa na mategemeo gani ya baadaye kuhusu afya bora nyumbani kwake?

Msamiati: Chagua neno au kifungu cha maneno kutoka B ambalo lina maana sawa na neno au kifungu cha maneno katika A

A.

1.	kifungua mimba	2.	kitinda mimba
3.	maradhi	4.	udhaifu
5.	huzuni	6.	nafuu
7.	likizo	8.	kufa
9.	epuka	10.	jitahidi
11.	andikiwa kitanda	12.	kamwe
13.	chooni	14.	uchunguzi

B.

mtoto wa mwisho	afadhali	utafiti
msalani	lazwa hospitali	magonjwa
jaribu	fariki	jihadhari
kabisa	mapumziko	uchungu
unyonge	mtoto wa¹·wanza	

Kazi Maalum

Wanafunzi wazungumze juu ya magonjwa yanayowasumbua watu katika sehemu waishizo.

HABARI ZA SARUFI

A. More on negatives

1. The negative form of the infinitive form marked by *ku* is **kuto** which is a remnant of **kutoa** "to remove", "to give away", "to subtract." Thus: **kuimba → kutoimba.**

2. The negative form of the subjunctive is **si**. This form appears after the subject prefix. The final vowel remains as **e**. For example: **tukawie → tusikawie.**

B. Compound tenses

Compound tenses can be of the same type as in:
a. **Mganga alipokuja alimfunga hirizi shingoni.**

Notice that the two verbs have identical tense markers **li**. In such cases the speaker wants to express an action which is resultant or consequential to the preceding one. When different tenses are used, it indicates different aspects of the actions involved. Generally an auxiliary verb is used and the most common are **kuwa, kuja,** and **taka** as in:

b. **Alikuwa anasoma.** (tense + tense)

"He was reading."

c. **Atakuwa akiwapikia watoto utakapofika.** (tense + aspect)

"She will be cooking for the children when you come."

d. **Usiwe unanisumbua kama unaona mlango umefungwa.** (subjunctive + tense)

"Do not disturb me if you see the door is closed."

e. **Alikuwa na hofu Bakari asije akamfia kama Adija.** (subjunctive + aspect)

"He was afraid that Bakari might die on him like Hadija did."

f. **Wamekuwa wanatusaidia kwa miaka kumi sasa.** (aspect + tense)

"They have been helping us for ten years now."

The auxiliary verb expresses one aspect of what is being expressed while the main verb expresses the other aspect (cf. Lesson 19 for a discussion of the function of each auxiliary verb.)

The **-ki-** tense is interesting because it can be used interchangebly with **-na-**. It is used to express a continuous or repetitive action. Thus in (b) above the **-na-** can be replaced by **-ki-** and in (c) the **-ki-** can be replaced by **-na-**. The ability to substitute for **-na-** has made **-ki-** to be considered a simple tense. In Lesson 11 we will discuss other functions of **-ki-** in compound tense.

MSAMIATI

dalili	sign.
-chinja	slaughter, cut the throat of, kill animals for food.
choo	privy, cesspit, movement of the bowels.
-epuka	avoid.
-fariki	die(esp. of natural cause).
-hara	have diarrhoea.
hirizi	charm, amulet.
hofu	fear.
-inua	lift, uplift.
-jaribu	try.
-jenga	build, construct.
-jihadhari	take precaution, make safe.
kamwe	not/ at all, once, in the least, ever; by no means.
kanuni	conditions, rules, fundamentals.
-kawia	delay in returning, overstay.
kifungua mimba	first born.
kipato	earnings, income, salary.
-kiri	admit, agree.
kitinda mimba	last born.
kulazwa	to be admitted in hospital (also *kuandikiwa kitanda*).
likizo	holiday, vacation, resting period, leave of absence.
-liwaza	comfort, soothe, quieten.
(ma)azimio	intention, scheme, program of work.
(ma)endeleo	progress, development.
mahututi	critical condition in an illness.
(ma)pumziko	rest, resting period.
maradhi	sickness, illness, disease.
matibabu	cure.
msalani	bathroom, lavatory.
nafuu	improve, make progress, convalescence.
nzi	house fly.
-thamini	put value, respect.
udhaifu	body weakness.
uchungu	bitterness, pain.
uchunguzi	investigation, research, looking into something.
-ujenzi	construction, act of building.
unyonge	wretchedness, weakness, abject, destitution.
utafiti	research.
wasiwasi	anxiety.

SOMO LA KUMI NA MOJA

MAZOEZI MAALUM

A. Jaza nafasi hizi kwa kutumia vipengele vifuatavyo -cho-, -u-, -ya-, -pa-, -ku-, -ji-, a-, -ku-, -ni-, -ki-.
1. Ali......umiza kidole, na sasa ......mefunga kitambaa.
2. Nita......vunja mkono kama uta......chezea.
3. Ume......ona kitabu chako kili......potea.
4. Siku......funga mlango lakini nili......funga madirisha.
5. Si......jui anapokaa, bali nina......jua anakofanya kazi.

B. Tafsiri kwa Kiingereza
1. Chakula hiki kingepikwa vizuri, kingeliwa chote.
2. Kama mti huu ungekatwa mapema, ungefaa kwa kuni wakati wa masika.
3. Kama unataka kumtembelea, mpigie simu au mwandikie barua.
4. Ukimwona, mwambie ninamtafuta.
5. Kama ukitaka kuwa mwanasheria hodari, budi ujifunze kutetea haki za wateja wako.
6. Kweli hukumtafuta meneja wa kijiji. Ungalimtafuta, ungalimkuta na wanakijiji shambani, akilima.
7. Iwapo utahitaji msaada, usisite kunijia.
8. Ikiwa una pesa za kutosha, hakuna sababu kwa nini usiende Afrika.
9. Ungalimwona, ungemwambia nini?
10. Akitaka kupanda mlima Kilimanjaro atahitaji vifaa gani?

Ufahamu

MCHEZO WA NG'OMBE

Mimi si mwana-michezo, lakini huifurahia michezo inapochezwa. Miongoni mwa michezo mingi niliyokwisha kuiona, hakuna ulionivutia zaidi kuliko mchezo wa ng'ombe. Niliuona mchezo huu nilipotembelea Pemba miaka michache iliyopita. Ningekuwa na uwezo ningejifunza kuucheza mchezo huu.

Mchezo wa ng'ombe unajulikana sana na wenyeji wa Pemba. Ni mchezo waupendao mno wenyeji wa Pemba. Vitabu vya Historia vyaeleza kwamba, asili ya mchezo wa ng'ombe ni Ureno. Ajabu iliyopo ni kule mchezo wa ng'ombe kufika Pemba na mahali ambapo ni mbali mno kutoka Ureno. Ingawa tunajua kwamba Wareno waliwahi kuzitawala pande hizi katika karne ya 16 na 17, vitabu hivi vingaliandikwa na mtu wa Pemba, vingalituambia kuwa chanzo cha mchezo huu ni hapa hapa Pemba.

Mchezo huu unaendelea kuchezwa hapa Pemba na huwavuta watu wa kila aina. Kama uwanja wa michezo usingekuwa mkubwa ya kutosha, watu wengi hawangeweza kuingia kuuona mchezo huu uchezwapo. Siku hizi kama mtu akitaka kupata nafasi nzuri sharti awahi kiwanjani masaa mawili au matatu kabla ya mchezo kuanza.

Nilikuwa mwalimu wa shule moja ya sekondari wakati wa fursa ya kuona mchezo wa ng'ombe ilipotokeza. Ilikuwa siku ya Ijumaa, siku ambayo kazi za serikali hufupishwa na zile za kibinafsi mara nyingi huvunjwa kabisa. Matayarisho ya mchezo wenyewe yalifanywa kabla. Ng'ombe mkali alikuwa tayari kifungoni. Uwanja wa mchezo ulikwisha kung'olewa visiki, mashimo kufukiwa na vijilima kuchongwa. Madungu yaliuzunguka uwanja mzima. Ndani ya uwanja mkubwa mlikuwa na bigili. Hii ilikuwa ni sehemu ya mpiga zumari, wapiga ngoma na ya wanawake wanaopiga makofi na kuimba.

Siku hiyo nilikuwa mjini na sikutaka kurudi hotelini. Kama ningefanya hivyo, nisingewahi kwenda na kurudi kwa sababu hoteli niliyokaa ilijitenga na uwanja wa michezo kwa masafa marefu ya miguu na bahari ya kuvuka.

Ilipofika saa za mchana, wanaume, wanawake, watoto na vizee, walianza kumiminika kutoka pande zote za Mtambwe. Ililazimu kufika mapema ili mtu apate nafasi juu ya madungu. Wakati inangojwa saa ya kuanza ifike, watazamaji walitumbuizwa kwa nyimbo zilizofuatishwa kwa muziki. Saa ikafika yapata saa kumi hivi, ng'ombe aliyekuwa si ndama wala si fahàli aliyezeeka, aliingizwa uwanjani kati ya vifijo na hoi hoi. Mguu mmoja wa lile dume la ng'ombe ulikuwa umefungwa ngoweo ndefu kumzuia asitoroke. Nilianza kujiuliza moyoni ni kitu gani kitakachofanya ng'ombe huyu awe mkali hata mchezo wenyewe usisimue? Kumbe yale makofi, ng'oma iliyopigwa pamoja na mlio wa zumari ambalo lilielekezwa masikioni mwake na ghasia za wale wanawake waliokuwa ndani ya chumba kulimhamakisha yule fahali. Uso wa fahali yule ulijaa ghadhabu na macho yake aliyatupa hapa na pale kama kwamba anachagua wapi ashambulie. Naam, hakupoteza wakati, mara aliwashambulia vijana waliosimama uwanjani huku wameshika vibacha au vipande vya jamvi. Kila kijana alifanya awezavyo kumkwepa ng'ombe aliyejaa hasira. Ikawa dume yule huwaendea huku na kule kwa kutaraji atapata mtu wa kumvunja mbavu au kumtegua mguu. Ikawa kazi ni hiyo hiyo mpaka alipoingia uwanjani mzee mmoja mwenye umri upatao miaka hamsini na tano au sitini. Mzee huyu aliingizwa uwanjani kwa tamaa ya kupewa bahashishi, ilionyesha kama yule ng'ombe amefundishwa kumchagua mzee, kwani alipomshambulia tu, alimbwaga chini kama gunia la chumvi. Tulipata habari siku ya pili kuwa yule mzee aliumia sana na amelazwa hospitali yu taabani.

MASWALI YA UFAHAMU

Jibu maswali yafuatayo

1. Kwa nini mwandishi anasema ni ajabu kwa mchezo wa ng'ombe kuwapo kisiwani Pemba?
2. Toa sababu inayowawezesha watu kuwa na nafasi ya kuutazama mchezo wa ng'ombe huko Pemba.
3. Mwandishi aliona nini wakati wa mchezo huu. Eleza kwa kifupi hatua kwa hatua.
4. Chagua maneno saba kati ya haya yafuatayo na utunge sentenzi kuonyesha matumizi yake.

karne	kisiki	ndama
fahali	bahashishi	bigili
fursa	zumari	masafa
ngoweo	vifijo	vibacha
bwaga	tegua	kutaraji

Kazi Maalum

Wanafunzi wasimulie juu ya mchezo wapendao kucheza au kutazama.

HABARI ZA SARUFI

Conditional tenses

There are different kinds of conditional tenses.

1. **-ki-**

    ki is used to state the condition on which a further fact depends. For example:

    Akifika atamwona.
    "If he comes he will see him."

    -ki- states the premise, whether suppositional or real, on which the rest of the sentence depends. This use of -ki differs from the one we saw in the discussion of compound tenses in Lesson 10. I said in that discussion that -ki- is used to express a continuous or repetitive action. With that function, it appears in the main verb of a compound tense. The conditional ki- appears in the subordinate verb (For example, the conditional clause) of the compound tense. While the -ki- in Lesson 10 can be replaced by -na- the conditional -ki- cannot be replaced by -na- because -na- can only be used as a simple tense and not as a conditional tense. The conditional -ki- may be used with the verb "to be" **kuwa** to form a compound tense with a second verb of the conditional clause. For example:

    Ikiwa atafika, nitamwona.
    "If he will come, I will see him."

    This is interpreted similarly to:

    Akifika nitamwona.
    "If he comes, I will see him."

If the verb to be is not used, **kama** may be used which interprets as "if it be". **Kama** may appears with all the conditional tenses and when it does, there is an additional emphasis on the condition of fulfilment.

2. -nge-

-nge- expresses the possibility or expectation of a fulfilment. As such it appears in both the clauses of the sentence. That is, in the condition and the consequence of the sentence.
For example:
Angefika angemwona.
"If he had come, he would see him."

3. -ngali-

-ngali- expresses a condition which was not fulfilled. Like -nge- it appears in both the condition and the consequence of the sentence.
For example:
Angalifika angalimwona.
"Had he come, he would have seen him."

4 nge and ngali

It is possible to combine -ngali- and -nge- to form a compound tense with the same interpretaion of unfulfilled condition.
For example:
Angalikuja angemwona.
"Had he come, he would see him."

-ki- may also combine with either -nge- or -ngali- to form a compound tense. When this happens, -ki- appears in the auxiliary verb **wa** ('be'). Otherwise, **kama** is used.

5. -nga-

-nga- is used without -li- to express concession, a "though" idea.
For example:
Angafika mara kwa mara, hajaweza kuonana naye.
"Although he comes frequently, he has not had a chance to meet with him."
Ingawa u mgeni, wajua mengi kushinda wenyeji
"Although you are a foreigner, you know more than the natives."

6. -japo-

-japo- is also used to express a concession. It may be used with or without the verb **wa**. The full form is **ijapo** but the short form **japo** may also be used.

For example:

Ijapokuwa hafanyi kazi si mvivu.
"Although he does not work he is not lazy."

Ijapo/Japo mgeni anajua sheria za hapa.
"Though he is a foreigner, he knows the rules here."

Notice that both -nga- and -japo- involve the negative. This is consequential to the concessional interpretation embodied in the form.

MSAMIATI

asili	origin, tradition, ancestry, source.
bahashishi	gratuity, gift, tip (cf same as bakhishishi).
bendera	flag.
binafsi	personal, personally.
-bwaga	throw off/down, tip a load off one's shoulder.
bigili	arena.
fahali	bull.
fursa	opportunity, chance.
ghasia	confusion, bustle, disturbance.
-hamaki	be seized with a sudden temper, become suddenly vexed.
hatua	steps, measures.
jamvi	floor mat.
karne	century.
kisiki	log, stump, trunk of a fallen tree.
-kwepa	avoid, duck, avoid a blow or being hurt by something.
lazimu	compel, necessitate, oblige.
(ma)tayarisho	preparations.
(ma)shimo	pit, hole.
(ma)dungu	stage or platform raised from the ground.
mbavu	ribs.
-miminika	pour out, overflow (used of a crowd of people.)

msamiati unaendelea

miongoni	among, amongst.
ndama	calf.
ngoweo	strong piece of rope.
-shambulia	attack.
-stahafu	retire from work.
taabani	seriously ill, in great distress.
tamaa	longing, desire, ambition.
-taraji	expect, intend, look forward to;.
tarajia	expect, intend.
-tawala	rule, manage, govern.
-tegua	let a trap off, remove a snare.
-umia	be/get hurt, feel pain.
(vi)bacha	rag, piece of cloth or floor mat.
vifijo	applauses, noises of approval.
(wa)teja	customers.
zumari	wind instrument.

SOMO LA KUMI NA MBILI

MAZOEZI MAALUM

A. Ziandike sentensi hizi kwa kutumia kiambisho -sh-
Kwa mfano:
Mwalimu alitu........(beba) vitabu.
Mwalimu alitubebesha vitabu.

1. Mama alim.......(la) mtoto chakula.
2. Alii........(kaa) chupa mezani.
3. Atawa.........(funga) mizigo yote ili waende nayo.
4. Bibi alim.......(lala) mtoto kitandani.
5. Nitawa........(enda) katika motokaa yangu.
6. Baada ya kifo cha baba yake, marafiki walijaribu kuwa........(sahau) tukio hilo.
7. Kila siku huni........(imba) nyimbo za ku........(cheka).
8. Nilipotaka kupita alini........(pita) chini handakini.
9. Alipomw........(anguka) mtoto alivunjika mguu na mkono.
10. Nguo zake zilipolowa alijaribu kuzi........(kauka) kwa moto.
11. Atawa........(lipa) madeni yote kwa lazima.
12. Tunataka ku........(bahati) tikiti za mchezo huu.
13. Tulianza ku........(tayari) vyakula vya karamu.

B. Kujenga Msamiati
1. Ukitaka kutafuta maneno haya katika kamusi, ni maneno gani hasa utakayotafuta?

amechaguliwa	niliyekuamini	walisumbuliwa
sibadilishi	aliwahuzunisha	zitatangazwa
alimpigisha	akamtambulisha	walimshuhudia
kumsikiliza	hakikai	wameshughulika
walikubaliana	akasimamishwa	kikatekwa.

2. Chagua (5) na tunga sentenzi kuonyesha maana kamili.

MICHEZO SHULENI

Ilikuwa siku ya Ijumaa katika shule ya Mwereni. Wanafunzi wote walikuwa na furaha kwa sababu ni siku ya mwisho ya juma. Wanafunzi wanaipenda sana siku hii kwa sababu nyingi. Kwanza, wanafunzi watakuwa na siku mbili za kupumzika kabla ya kuanza shule tena siku ya Jumatatu. Pili, wanafunzi hupewa nafasi ya kushiriki katika mashindano mbalimbali ya michezo kama vile, mpira wa miguu, mpira wa kikapu, mbio za masafa marefu, kutupa tufe, kutupa mikuki, ndondi, na michezo mingine.

Mavumilio ni mwanafunzi katika shule ya Mwereni. Anapenda mashindano ya mbio za riadha. Mwaka wa 1984, alishiriki katika michezo ya Kimataifa ya Olimpiki huko Los Angeles, Marikani. Ingawaje hakupata medali yo yote, alifanya vizuri kiasi cha kuwapa moyo wachezaji wengine katika shule ya Mwereni. Katika mashindano ya mwaka 1988, anategemea kwenda Korea Kusini akiongozana na wanafunzi wengine kama watachaguliwa.

Siku hizi, Mavumilio hana raha hata kidogo. Amekuwa anajiandaa kwa mtihani wake wa mwisho. Kwa hivyo, hajaweza kufanya mazoezi inavyopasa ili kujiweka tayari kwa mashindano ya Korea. Siku hii ya Ijumaa ilikuwa siku ya mashindano kati ya shule ya Mwereni na shule ya Kazi Moto. Kutokana na mashindano haya, wakuu wa michezo ya riadha watafanya uchaguzi wa awali kwa watakaoshindana kitaifa kabla ya uchaguzi wa watakaoiwakilisha Tanzania huko Korea. Alianza kusikitika na kuona kwamba ataiaibisha shule yake na atajiaibisha mwenyewe pia. Alifikiri juu ya kukosa kushiriki katika mashindano haya. Kwa sababu alikuwa hajawahi kukosa kushiriki katika mashindano haya hata siku moja aliona ni budi ajitahidi kwa uwezo wake wote. Filimbi ya kujiandaa ilipigwa na washindani wote walijitokeza uwanjani. Mavumilio alijiona mnyonge, miguu ilikuwa haina nguvu. Alijiunga na wenzake na kungojea amri ya kuanza mashindano.

Mara alisikia "pha". Alijua hio ni alama ya kuanza kukimbia. Alitimua mbio. Alipoangalia mbele yake, aliwaona vijana watatu wamemtangulia. Alisikia mwili wote umemsisimka. Alisikia pia wanafunzi wa Mwereni wakishangilia kwa nguvu. "Mavu!, Mavu!"

Aliongeza mbio. Mara akajiona amewapita washindani waliomtangulia. Aliuvuka utepe na kuwa mshindi wa kwanza. Wanafunzi wenziwe waliingia kiwanjani wakimshangilia. Walimnyanyua juu huku wakimshangilia kwa kusema "Mavu !, Mavu!, Mavu !". Alitambua kuwa ameiletea shule yake sifa kubwa na amejiweka katika orodha ya wanariadha wa mashindano ya Korea mwaka wa 1988. Alisema kimoyomoyo, "Kweli, penye nia pana njia."

MASWALI YA UFAHAMU

Jibu maswali yafuatayo

1. Kwa nini Mavumilio ni mhusika mkuu katika hadithi hii?
2. Ilitokea nini mwaka 1984?
3. Kwa nini siku hii ya Ijumaa ilikuwa muhimu kwa Mavumilio?
4. Kwa nini Mavumilio alikuwa na wasiwasi?
5. Mashindano yalikuwaje mwanzoni?
6. Mshindi wa kwanza alikuwa nani?
7. Kwa nini Mavumilio alisema "penye nia pana njia."?

Andika maneneo haya kwa kiingereza

-sumbua	tufe	mbio za kupokezana
-subiri	mkuki	ndondi
-amua	-wahi	-shauri

Kazi Maalum

Wanafunzi watayarishe masimulizi yenye kufafanua methali ya "penye nia pana njia." Masimulizi haya yanaweza kuonyesha tukio la kweli au hadithi ya kutungwa tu. Wanafunzi watoe masimulizi haya darasani.

HABARI ZA SARUFI

The Causative form

There are different forms to indicate the causative depending on the verb and other phonetic features. The proto-Bantu form was **ya**. In some cases it has been assimilated depending on the end consonants of the verb root. Where no assimilation has taken place, the causative suffix is either **-ish** or **-esh** following vowel harmony rules similar to those of the applied suffix. Thus:

1. Verb roots which end with **-k**, the **-k** changes to **-sh**.
   For example:
   ruka = rusha
   anguka = angusha
   exceptions:

weka = wekesha
fika = fikisha

2. Verb roots which end in a vowel take -z. For example:
   kataa → kataza
   ingia → ingiza

3. Verbs of non-Bantu origin take -ish, -esh depending on vowel harmony. For example:
   rudi → rudisha
   sahau → sahaulisha
   samehe → samehesha

4. Verbs made from nouns, adjectives, and adverbs (especially of Arabic origin) take -ish or -esh depending on vowel harmony. For example:
   bahati → bahatisha
   tayari → tayarisha

5. There are some irregulars depending on the Swahili community one is in contact with. Most second language speakers of Swahili will use the second alternative.
   fanya → fanyiza/fanyisha
   penda → pendeza/pendesha
   ogopa → ogofya/ogopesha
   nawa → navya/nawisha

The causative form is used to express causation. Caution should be exercised when translations are made because the interpretation of causation in Swahili does not always match that of English on a one to one basis. In Swahili causation may be used to cover such concepts as persuasion, permision, compulsion and the general simple idea of cause.
   For example:
   (a) persuasion: **bembeleza** 'comfort'
   (b) permission: **kopesha** 'lend'
   (c) compulsion: **kimbiza** 'chase', 'cause to run'

For some forms, it is difficult to decide which category to put them. For example:
   uguza 'tend a sick person'
   pigisha chapa 'print a book'

For these, the interpretation lies largely on the context. Certain causative forms may include an "intensive" interpretation. For example:

tokeza 'come forth', 'emerge'.
angaza 'shine brightly'.

Grammatically the object of the causative verb is the agent of the action. The subject of the verb makes it possible for the action to take place.

MSAMIATI

-amini	trust, believe, have confidence.
-amua	decide, make up ones mind.
-amulia	decide for.
-andaa	prepare.
awali	initial, first, foremost.
filimbi	whistle.
handaki	an underground tunnel.
-jitahidi	make effort, try very hard.
-jitokeza	emerge, be outstanding.
kimoyomoyo	by heart; whisper to oneself.
kutupa tufe	throwing disk.
kutupa mkuki	throwing spear(javelin).
-lowa	get wet.
mbio za riadha	sprint.
medali	medal.
(m)shindi	winner.
(m)nyonge	a weak person.
nanga	anchor.
nia	intention.
-nyanyua	lift up.
-ongozana	accompanying, be in a group of.
-pa moyo	encourage.
-pasa	require, oblige.
-shangilia	cheer, make rejoicings, applaud.
shauri	matter, plan, advice, consideration.
-shauri	give counsel, advise, (kata shauri decide.)
-sikitika	be sad.

msamiati unaendelea

-shuhudia	witness.
-sisimka	be excited, make the blood race.
-sumbua	disturb, annoy, cause discomfort.
-tambua	recognize, realize.
-tangulia	precede, advance.
-tegemea	expect.
-teka	capture, take/take up, carry off.
-timua	take off fast.
tukio	a happening, an event (usually sudden, unexpected).
uchaguzi	selection, choice.
utepe	ribbon.
-unga	join, accompany.
uwezo	ability.
-vuka	cross over.
-wahi	having a chance, have a chance to do something.
-wakilisha	represent.
(wa)shindani	competitors.

SOMO LA KUMI NA TATU.

MAZOEZI MAALUM

A. Andika kwa kukanusha
1. Simama pale.
2. Mtoto ninayemtafuta alipotea jana.
3. Nenda dukani ukanunue maziwa ya chai na sukari.
4. Mwambie dada yako mgeni wako aitwaje.
5. Waulizeni wazazi kama watakuja kwa ndege au kwa miguu.
6. Mtu anayekujua anaweza kukuharibia maisha yako.
7. Tuleteeni chai na mikate tafadhali.

B. Ziandike sentenzi hizi kwa kutumia -ik- au -ek-

Kwa mfano:

(a) Kamba hiyo ita.......(kata)
(b) Kamba hiyo itakatika.

1. Mlango ume.......(fungua) wenyewe.
2. Kitabu hiki kina.......(soma)? Mbona maandishi yake ni madogo sana.
3. Afadhali watoto hawa wana........(fundisha).
4. Mambo kama haya ni rahisi sana ku.......(sahau).
5. Yeye ame.......(bahati) kuingia Chuo Kikuu cha Dar es Salaam.
6. Anapenda ku.......(shughuli) sana. Kila mara yu safarini.
7. Ame.......(tajiri) kwa urithi wa baba yake.
8. Maua haya ya.......(pendeza) machoni.
9. Visiki hivi vya.......(ngo'a) kwa urahisi sana.
10. Sauti ili.......(sikia) kwa mbali kama mtoto aliaye kwa uchungu.

C. Sasa zitafsiri sentenzi 1-10 kwa Kiingereza

Ufahamu

UKOSEFU WA MAJI VIJIJINI

Viongozi wengi wa Afrika wafahamu vema kwamba zaidi ya jamii mia moja katika vijiji mbalimbali hulazimika kusafiri zaidi ya maili moja ili kupata maji safi ya kunywa. Wengine hutegemea maji ya visima au maji ya bomba, lakini wakati wa kiangazi, visima na bomba hukauka.

Serikali kwa muda mwingi imehusika sana na hali hii, na sasa imeamua kuwafanyia wananchi shime ya kupata maji. Serikali inafanya mipango kuleta maji ya bomba vijijini na kuongeza idadi ya visima vya maji. Hata hivyo ni gharama kubwa na shida zinaongezeka kwa sababu ya idadi ya watu kuwa kubwa mno katika vijiji. Sasa hata mijini kuna shida ya maji katika sehemu mbalimbali za Afrika. Matatizo haya hayawezi kutatuliwa kwa kutegemea misaada ya nchi za nje. Ni budi wananchi wenyewe wavumbue njia rahisi za kutatua matatizo haya bila ya kugharimu kiasi kikubwa cha fedha za serikali.

Mipango inayofaa ni kama kuviunganisha vijito vilivyopo nchini na kuongeza idadi ya maji yaendayo mkondo mmoja. Maji haya yatakusanywa katika bwawa kubwa na kuhifadhiwa vizuri. Mpango mwingine, ni kuangalia matumizi ya maji. Wakati wa kiangazi, wananchi washauriwe kutumia maji kwa uangalifu. Wapunguze shughuli za umwagiliaji maji isipokuwa mahali pa lazima. Wananchi wahimizwe kulima mazao yasiyohitaji maji mengi na pia waoteshe mimea ya kivuli kuzuia kupotea kwa unyevu unyevu katika ardhi uletwao na mvua kubwa za masika.

Si watu wengi watakaofaidika na mipango hii mwanzoni, lakini ikikamilika yote, kazi ambayo itachukua muda wa miaka miwili au zaidi, itasaidia sana kwa kuleta maendeleo ya kudumu katika sehemu mbalimbali za Afrika. Baada ya muda si mrefu, sehemu nyingi zitaweza kujitegemea kwa matumizi ya maji na mazao ya chakula ili kupunguza tatizo la njaa. Kwa hivyo kufaulu au kutofaulu kwa mipango hii kutawategemea wananchi wenyewe. Kama watafanya bidii na kufanya kazi kwa moyo mmoja, taabu hizi zitakwisha bila shaka. Sehemu itakayofanikiwa itakuwa mfano kwa sehemu nyingine za nchi, Afrika na hata dunia nzima.

MASWALI YA UFAHAMU

Jibu maswali yafuatayo

1. Ili kupata maji safi ya kunywa, wanavijiji wanalazimika kufanya nini?

2. Wakati wa shida kubwa ya maji vijijini ni wakati gani? Kwa nini?
3. Serikali za nchi za Afrika zinafanya nini kutatua tatizo hili la maji?
4. Ili kutatua tatizo hili, ni budi wananchi wafanye nini?
5. Taja mipango ambayo inafaa kufanywa.
6. Kama mipango hii itafanikiwa, kutakuwa na faida gani?

Andika maana ya maneno haya kama yalivyotumiwa katika kifungu ulichosoma

lazimika	shime	mkondo
kauka	bomba	vumbua
amua	husika	gharimu
otesha	kudumu	fanikiwa

Andika sentenzi nzuri ukitumia maneno haya

| fanya shime | umwagiliaji maji | faidika |
| himiza | wavumbue | matatizo |

Kazi Maalum

Wanafunzi wachague nchi moja katika nchi zinazoendelea. Wafanye utafiti kuhusu usambazaji wa huduma maalum na kuandika insha juu yake. Insha hii inaweza kusomwa darasani na mwanafunzi mwenyewe.

HABARI ZA SARUFI

The Stative (also called neuter) form

1. The stative extension is indicated by -**ek** or -**ik** following the necessary vowel harmony rules.
   For example:
   soma → someka 'readable'.
   pika → pikika 'cookable.'
   penda → pendeka 'likable', 'lovable'.
   ng'oa → ng'oleka 'uprootable'
2. For verbs that have been extended by the causative form -**ik**- or -**ek**- is used. For example:
   fundisha → fundishika
   pendeza → pendezeka
3. Verbs of non-Bantu origin add -(l)ika, -(l)eka depending on the verb morphology.

For example:

rudi → rudika
samehe → sameheka
sahau → sahaulika

4. It is possible to form stative verbs from nouns, adjectives, or adverbs by adding -**ka**.
   For example:

   shughuli → shughulika
   bahati → bahatika
   tajiri → tajirika

Note that the stative is not expressed by the form -**ka** only. Some verbs are inherently stative without the -**ka** form.
For example:

tazama 'look at'
nyamaa 'be silent'
andama(na) 'follow (each other)'
kaa 'stay', 'sit'

The primary function of the stative marker is to express a state. In addition it expresses potentiality (i.e. the capability to happen or to be fulfilled). Generally, a stative verb takes the tense marker **me**. But when expressing potentiality it may take other tenses and also the **na** of association.
For example:

pata → patikana 'obtainable'
weza → wezekana 'possible'

MSAMIATI

bwawa	dam.
bomba	pipe.
budi	of necessity, no escape, no way out.
-dumu	lasting.
-faidika	profit, benefit.
-fanikiwa	be successful.
gharama	cost, expense, price.
-gharimu	cf. gharama, (to) cost.
-hifadhi	protect, provide sanctuary.
-himiza	urge.
-husika	be involved.
-kauka	dry up.
kisiki	a tree stump.
kivuli	shade, shadow.
(ma)tatizo	problems, hardships, inconveniences.
mayowe	wailing.
mkondo	current, flow, rush, passage.
-sambaa/sambaza	scatter, spread, distribute.
-sanya	collect.
shime	used as an appeal for collective effort.
-tatua	solve (lit. tear).
umwagiliaji	act of pouring (cf. mwaga).
usambazaji	distribution.
unyevu	dampness.
(vi)sima	well.
vumbua	discover, find by chance.
-zuia	prevent.

SOMO LA KUMI NA NNE

MAZOEZI MAALUM

A. Chagua sentenzi iliyo sahihi kati ya zifuatazo
1a. Alikuja nilikuwa ninasoma.
 b. Alikuja nilipokuwa nikisoma.
 c. Alikuja nilipokuwa nilisoma.
2a. Nimeona vile wewe unafanya.
 b. Nimekuona unafanya.
 c. Nimekuona vile unavyofanya.
3a. Niliambia yeye asichelewe.
 b. Nilimwambia asichelewe.
 c. Nilimwambia kuwa yeye asichelewe.
4a. Kichwa kinaniuma
 b. Kichwa kinauma mimi.
 c. Kichwa changu kinauma mimi.
5a. Utakata kidole chako.
 b. Utajikata kidole chako.
 c. Utakikata kidole chako.
6a. Tulishindwa kufungua ule mlango.
 b. Hatujaweza kufungua mlango ule.
 c. Hatujaweza kuufungua mlango ule.
7a. Samaki waliwekwa chumbani ya barafu.
 b. Samaki ziliwekwa chumbani mwa barafu.
 c. Samaki waliwekwa katika chumba cha barafu.
8a. Wamo watu wawili garini.
 b. Kunao watu wawili ndani ya gari.
 c. Watu wawili ni ndani ya gari.
9a. Zawadi hizi watapewa washindi wote.
 b. Zawadi hizi zitawapewa washindi wote.
 c. Zawadi hizi zitapewa kwa washindi wote.
10a. Dirisha hali wazi.
 b. Dirisha haliko wazi.
 c. Dirisha si wazi.

B. Chagua neno moja na jaza nafasi hizi.
1. Mama aliporudi nyumbani alikuwa amebeba ....
   faru, mtungi, nyumba, motokaa.
2. Zainabu ana mazoea ya kula chakula bila ....
   kunawa, hanawi, ananawa, hakunawa.
3. Nilisahau kumrudishia viatu ....
   zake, yake, lake, vyake.
4. Alipowasili, alikaribishwa vyema kwa ....
   fujo, vifijo, kelele, matata.
5. Kazi ya mpishi ni nzuri isiyo na ....
   ngumu, faida, kifani, maana.
6. Licha ya kuwa yeye ni mwizi na mnyang'anyi, ni ....
   mkorofi, mkongwe, mtaratibu, mwema.
7. Pesa zangu zimo ....
   paani, mezani, mvunguni, mfukoni.
8. .... ni mseja.
   baba yangu, mama yangu, dada yangu, kaka yangu.
9. Alipozirai ....
   alizungumza vizuri, alitaka chakula, alifunga macho, aliomba msamaha.
10. Kwa sababu aliumia mguu, aliondoka kiwanjani ....
    akichechemea, akitimka, akiruka ruka, akitambaa.

C. Badilisha sentenzi hizi kwa kutumia wakati ujao
1. Jana nililala saa sita.
2. Nimemwambia aje kuniona.
3. Suzana ni mwanafunzi wa Chuo Kikuu cha Stanford.
4. Viti alivyonunua ni vizuri lakini ni ghali sana.
5. Sikununua mananasi yo yote mwaka jana.
6. Mwanafunzi huyo amekwenda kwao.
7. Walipofika karibu na bandari waliona nyumba za wenyeji.
8. Nchi zinazopata uhuru sasa zina shida kubwa za kiuchumi.
9. Kuna mashindano ya mpira leo jioni.
10. Aliyefika ni mwanae, si yeye mzee.

Ufahamu

MUUNDO WA MASHAIRI

Katika somo la nane, tulisoma juu ya uandishi wa mashairi. Tulisoma juu ya beti, vina, kituo, na mizani. Tulisoma shairi juu ya ukulima. Tuliona kwamba lugha ya ushairi si lugha ya kawaida kama watumiavyo watu wanapozungumza. Mshairi anaweza kulazimika kupunguza au kuongeza silabi katika maneno anayotumia. Kwa mfano shairi la Ukulima, ubeti wa kwanza, mstari wa kwanza, mwandishi anatumia neno **zindukana**. badala ya **zinduka**.. Hapa mwandishi ameongeza silabi moja ili kuwa na mizani ya kutosha kwa mstari huo. Pia mwandishi hatumii mnyambuliko wa vitenzi kama tutumiavyo wakati wa kuzungumza. Kwa mfano, mwandishi anaweza kusema "wengi tafaidika" badala ya "wengi watafaidika". Kwa kulisoma shairi kwa makini, unaweza kuona baadhi ya maneno ambayo mwandishi amegeuza mnyambuliko wake ili kuzingatia kanuni bora za uandishi wa mashairi.

Yafuatayo ni mashairi machache mafupi ambayo tutayasoma na kuona jinsi mwandishi anavyoitumia lugha katika ushairi.

Shairi la Kwanza

KIPI BORA?

Enyi ndugu mashuhuri, bado sijahakikisha
Ningali ninafikiri, kichwa chanigonganisha
Wenzangu wakishairi, mawazo yanikondesha
Chakula, hewa, na maji, Kipi ni bora zaidi

Mwenzangu nahangaika, swali linavyotingisha
Vitu vitatu hakika, kweli vinaniangusha
Wananchi wasifika, shime kunisalimisha
Chakula, hewa, na maji, Kipi ni bora zaidi

MASWALI YA UFAHAMU

Jibu maswali yafuatayo

1. Shairi hili ni juu ya nini?
2. Ni maneno gani ambayo mshairi amebadilisha mnyambuliko wake ili kuzingatia kanuni za uandishi wa mashairi. Ameyabadilishaje?

3. Kwa kutumia maneno yako mwenyewe, eleza anayosema mshairi wa shairi hili.

Shairi la Pili

MAPATANO

Japo sikuhudhuria, wa Arusha mkutano.
Ndevu nilifurahia, yale maafikiano.
Kwa Kenya na Somalia, kuunganisha mkono.
Yadumishe mapatano, ya Kenya na Somalia.

Ulikuwa ni udhia, tena ni aibu mno.
Nchi zilizo huria, kuanzisha farakano.
Mipaka mwaigombia, pasi na masikizano.
Yadumishe mapatano, ya Kenya na Somalia.

Majuzi walipokea, kwenye majadiliano.
Kaunda kajitolea, yarejeshwe mapatano.
Kwani ndugu wakilia, jirani hali vinono.
Yadumishwe mapatano, ya Kenya na Somalia.

Zikafikiwa hatua, za kushikana mikono.
Egal wa Somalia, Kenyatta wa Kenya ino.
Meza moja wakakaa, kwamba mwisho wa mapigano.
Yadumishwe mapatano, ya Kenya na Somalia.

MASWALI YA UFAHAMU

Jibu maswali yafuatayo

1. Unafikiri mshairi alikuwako katika mkutano wa Arusha?
2. Mapatano anayozungumzia mshairi ni kati ya nani na nani?
3. Kwa nini mwandishi anasema ni "aibu"?
4. Nchi azungumziazo mwandishi, zilipatana baada ya mkutano? Andika mstari wa shairi unaothibitisha jibu lako.
5. Mstari wa mwisho ni kiini au ni kituo cha shairi.
6. Vipange vina vya shairi hili kama vinavyoonyeshwa katika shairi.
7. Tafuta maneno ambayo mshairi amebadilisha mnyambuliko wake ili kuzingatia idadi ya mizani. Onyesha alivyobadilisha.

8. Katika mazungumzo ya kawaida, msemaji angesemaje mawazo ya ubeti wa tatu wa shairi hili.

Kazi Maalum

Baada ya kusoma mashairi haya, wanafunzi waandike shairi fupi (beti 3 hadi 5) juu ya jambo lo lote, kwa mfano, siasa, mapenzi, maonyo, masomo, na kadhalika.

MSAMIATI

aibu	shame.
-angusha	cause to fall, drop.
baadhi	some, among.
-dumisha	cause to last, uphold, make permanent.
-faidika	profit from, be advantageous (*cf. faida* = profit).
farakano	estrangement, separation, unpleasant departure.
-geuza	change, alter.
ghali	expensive.
-gonga	knock, hit hard, hammer at.
-gomba	quarrel with, wrangle, gainsay, squabble.
hakikisha	find out the truth, confirm on the truth.
-hangaika	be troubled, be in turmoil, confused, anxious.
-hudhuria	attend, be present at a gathering.
huria	free, independent (*cf. huru*).
-jitolea	volunteer oneself.
-konda	grow thin, become lean, be emaciated.
(ma)jadiliano	discussion, debate.
makini	strength of character, dignity, serenity, intelligent.
(ma)nanasi	pineapple(s).
(ma)onyo	warning, advice.
(ma)patano	agreement, reconciliation, terms.
(ma)pigano	(*cf. pigana*) fight, battle.
mashuhuri	famous, outstanding.
(m)nyambuliko	conjugation.
(m)paka	border, division, frontier.
(m)seja	bachelor.
(ma)sikizano	agreement after a discussion.
ndevu	beard.
-nyambua	pull in pieces, conjugate.
-ongeza	increase, make more, add.
-punguza	reduce, make less.
-rejesha	cause to return, bring back to normal.
-salimisha	cause to be safe, make safe, save.
-tingisha	shake violently, cause a vibration.
udhia	annoyance.
(vi)nono	(lit. that which is fat) favourable, suitable, pleasing.
-zingatia	take into account/consideration, include in.
-zirai	faint, swoon, lose consciousness.

SOMO LA KUMI NA TANO

MAZOEZI MAALUM

A. Kamilisha sentensi zifuatazo kwa kutumia mojawapo ya viungo hivi. Usitumie kiungo zaidi ya mara moja

lakini	bali	ila
pia	tena	licha ya hayo
wala	kwa sababu	kwamba
iwapo	na	halafu
kwa hivyo	kama	ingawa
kabla ya		

1. .... sijui kama nitapata pesa za kutosha, ninaandaa safari, huenda pakatokea bahati nikaweza kwenda.
2. Mto hauvukiki .... kwa daraja.
3. Hawafahamu Kiswahili .... lugha yao ya kwanza.
4. .... watafika mapema, tutaenda kutazama sinema.
5. Leta vyombo vyote .... masanduku yake.
6. Sitaki kula chakula chenu............ kunywa vinywaji vyenu.
7. Walisema ....watatupelekea majina mengine.
8. Walipewa adhabu, ... walionywa wasirudie tena.
9. Kwanza tutengeneze mashini hii, ...tuiweke katika motokaa ile.
10. Si kweli kwamba hakumwona. Alimwona mara mbili .... akamwambia ulivyosema.
11. Hakunipigia simu .... alifika mwenyewe.
12. Najua kutumia mashine hii .... sijui kuitumia mashine ya IBM.
13. Nilikuwa nimechoka sana. ....niliona ni bora nirudi nyumbani nipumzike kidogo .... kuanza shughuli hii.
14. Lazima tuwalipe ....wametuokoa.
15. Andrea ni mtu mwenye bidii. Mchana kutwa hushinda ofisini, ... huwafundisha watu wazima jioni kwa masaa mawili au matatu.

B. Zitafsiri sentensi (1-15) ulizokamilisha hapo juu kwa Kiingereza

Ufahamu

HUDUMA ZA AFYA KISIWANI UNGUJA

Katika nchi nyingi za Afrika, matibabu yanaweza kuangaliwa katika nyakati tatu tofauti kabla ya ukoloni, wakati wa ukoloni, na baada ya uhuru.

Kabla ya kuja kwa Wazungu, maradhi yote yalitibiwa kienyeji. Kulikuwa na waganga ambao walikuwa wakitumia mizizi, magome na majani ya miti. Sayansi yao haikuwa ikijulikana, kwa hiyo, haikuwa na uchunguzi wa magonjwa wala madawa. Ili kuyatambua maradhi, mganga alipiga ramli au alipandisha pepo wa mgonjwa kichwani kusudi amfichulie siri ya ugonjwa na dawa itakayofaa. Kuna maradhi yaliyotibiwa kwa pungo pamoja na nyungu, na kupewa chano shetani. Kuna maradhi yaliyotibiwa kwa makombe ya aya za Kurani na hirizi za kuvaa mwilini. Kuna wagonjwa waliotibiwa kwa dawa za kujipikia, kunywa, na kuogea. Pia wapo wagonjwa waliotaapishwa, kuchanjwa au kufukizwa mafusho. Kidonda kilitibiwa kwa chokaa iliyochanganywa na majani ya mbono. Homa kali ilitibiwa kwa mafusho yenye mchanganyiko wa vitu kama majani ya vitunguu thomu, mavi ya tembo, majani makavu ya miti mbalimbali yenye harufu kali. Mgonjwa wa masikio alitiwa tuwi lililochanganywa na kitunguu thomo. Mgonjwa wa macho alitiwa urojo uliokamuliwa kutoka majani ya mfuu. Matibabu ya aina hii yalitegemea zaidi kubahatisha pamoja na imani ya mgonjwa kuwa atapona kuliko utafiti wa kisayansi kama tuujuavyo siku hizi. Wagonjwa wachache walipona, wengine walikufa.

Wamisionari walipofika walikuja kwa nia ya kutayarisha makao ya ukoloni. Wao walianzisha matibabu ya kulingana na sayansi yao kila walipoweka makao. Mnamo mwaka 1926, Serikali ya Kikoloni ilianzisha hospitali huko Zanzibar. Wenyeji waliiita hospitali hii, "Hospitali ya Mnazi Mmoja." Kuanzishwa kwa hospitali hiyo hakukutosheleza huduma za afya. Ingawa hospitali zilizoongezwa zote zilionekana katika miji tu. Huko Pemba, Miji ya Wete, Chake Chake na Mkoani ndizo sehemu zilizobahatika kupatiwa hospitali. Vijiji vichache tu kama vile Mkokotoni, Mfenesini, na Makunduchi vilipatiwa zahanati. Ingawa katika miaka ya karibu ya Uhuru kulikuwa na Zahanati za watu binafsi, nazo pia zilikuwa mjini. Wakulima ambao hutegemewa katika nchi zote changa, walipata shida kufuatia vituo vya afya masafa marefu.

Huduma za afya zilianza kuenea baada ya uhuru wa watu wa Unguja. Hatua ya kwanza iliyochukuliwa na serikali mpya ni kutangaza matibabu yasiyo malipo. Haukupita muda mrefu, serikali ya kimapinduzi ilitangaza mpango wa kuwapatia wanavijiji zahanati huko vijijini kwao. Kwa njia ya ujenzi wa taifa pamoja na misaada ya serikali zahanati kadhaa zilijengwa visiwani mote. Zahanati hizo zilipatiwa waangalizi na wakunga wa kulala hapo hapo. Juu ya yote, kuna magari makubwa yenye zana kamili, madaktari, na wasaidizi ambao huzitembelea zahanati za Unguja na Pemba mara kwa mara, kusudi kuendeleza huduma za afya.

Hatua ya mwisho, ambayo pia ni muhimu kama zile nilizokwisha kuzitaja ni kule kuzipanua, kuzitengeneza na kuzifanyia mabadiliko hospitali walizojenga wakoloni. Isitoshe, kuna maafisa wa afya wanaozuru vijiji ili kutoa nasaha juu ya afya bora. Radio na televisheni pia husaidia kuwasiliana na wananchi kuhusu umuhimu wa kinga kwa maradhi kama kipindupindu. Mbali ya hayo, huhimiza kukimbilia hospitali hata kwa ishara ndogo ya ugonjwa na pia kuonya hasara za kudharau kinga pamoja na tiba.

MASWALI YA UFAHAMU

Jibu maswali haya

1. Kabla ya kuja kwa wakoloni, huduma za matibabu ya magonjwa zilitolewa na nani?
2. Taja njia mbali mbali zilizotumiwa ili kujaribu kutibu wagonjwa.
3. Njia hizi zilifanikiwa kuwasaidia wagonjwa? Kwa nini?
4. Ni nani walioanzisha hospitali huko Zanzibar?
5. Huduma za hospitali zilitosheleza sehemu zote Kisiwani? Kwa nini?
6. Serikali ya mapinduzi inafanya nini kueneza huduma za afya?

Kujenga msamiati

Tumia maneno haya katika sentenzi kuonyesha maana kamili

matibabu	maradhi	waganga
kuchanjwa	mchanganyiko	utafiti
wamisionari	kutosheleza	zahanati
daktari	kupanua	mbali ya hayo

Kazi Maalum

Wanafunzi wasimulie juu ya huduma za afya katika nchi yao.

HABARI ZA SARUFI

Conjunctions

Conjunctions fall into two categories. Coordinating and subordinating conjunctions. Coordinating conjunctions include:
1. Those that introduce additional information.

   na 'and', pia 'also', tena 'also.'

2. Those that express a choice.

   ama....ama 'either...or', au 'or', wala 'neither.'

   Ama atakuja ama atakwenda kumwona shangazi yake.
   "He will either come or go to see his aunt."
   Atasafiri leo au kesho. "He will travel today or tomorrow."
   Hatakuja wala hatakwenda kumwona shangazi yake.
   "He will neither come nor go to see his aunt."

   Notice that, unlike its English counterpart, **wala** involves negative marking on the verb.

3. Those that express contrast.

   lakini 'but', ila 'but', bali 'but rather'.

4. Those that express inference or reason.

   kwa hivyo 'so', kwa sababu 'because, 'for the reason of', kwa ajili ya 'because of', 'for the reason that', 'for that matter'

Subordinating conjunctions appear in subordinate clauses. They include:
1. Those that express purpose.

   ili 'so that'

2. Those that express a condition.

   kama 'if', kwamba 'that'.

MSAMIATI

aya	verse, paragraph.
-bahatisha	take a chance, try ones luck, cause to be lucky.
-chanja	make an incision, cut into, vaccinate.
chano	a flat round wooden platter with a low rim. used for serving food.
-dharau	ignore, despise, scorn, slight, treat with contempt, insult.
-endelea	continue, proceed.
hasara	loss, misfortune.
-himiza	hasten, speed up.
-fukiza	burn incense, cause to give smoke.
hirizi	charm, amulate.
harufu	a smell, odour, scent.
hatua	measures, steps.
huduma	services.
imani	faith.
ishara	sign, a mark, an indication.
kadhaa	various, several.
kali	sharp, strong, fierce, severe, bitter.
-kamua	squeeze out, wring, compress.
kavu	dry.
(ki)donda	an ulcer, a wound.
-kinga	protect, shield, defend, screen against.
kurani	Koran.
-lingana	be equal, equalize, be the same, alike.
(ma)afisa	officers, officials.
(ma)badiliko	change(s).
(ma)fusho	something to be burnt as a charm, or medicine.
(ma)gome	bark of a tree, animal shell.
(ma)kao	place of abode, quarters, headquarters, home.
(ma)kombe	treatment given by a traditional doctor by writing verses from the Koran which is then washed off and the water drunk by the patient. Also used to meean a vessel, big mugs.
(ma)lipo	payment, salary.
(ma)pinduzi	revolution.

msamiati unaendelea

masafa	measure of distance, wave length.
(ma)radhi	disease in general, sickness.
(ma)tibabu	cure.
mavi	dung, excrement.
(m)changanyiko	mixture.
mbono	castor oil plant.
(m)fuu	the dead, corpse.
(m)koa	region, state, province.
mnamo	at about.
misionari	missionary.
(mi)zizi	root(s).
nasaha	advice.
nyungu	big cooking pot.
-oga	take a bath, shower.
-panua	open wide.
pungo	the ceremony of exorcism.
ramli	soothsaying from figures in sand, fortune telling.
shetani	devil, evil spirit.
-simulia	narrate, tell in a story.
siri	secret.
-taapika	vomit, be sick.
-taja	mention, list, announce.
-tangaza	announce, make public, publicize.
tembo	elephant.
thomo	garlic.
tiba	medical, associated with cure and medicine.
-tibu	treat to cure.
-tosha	be sufficient, enough, adequate.
tuwi	milky liquid got by grating coconut.
urojo	a thick mixture.
ukoloni	colonialism.
(vi)tunguu	onions.
(wa)angalizi	caretaker, supervisor.
(wa)kunga	midwife.
zahanati	dispensary, a health center.
zuru	make a special visit to a place or someone.
zana	apparatus, gadgets, munitions, fittings.

SOMO LA KUMI NA SITA

MAZOEZI MAALUM

A. Andika sentensi hizi kuwa wingi
1. Nakijua nikipendacho mwenyewe.
2. Ameibiwa jembe lake leo.
3. Huyu ndiye mtoto aliyependwa zaidi kuliko mimi.
4. Meli ilitia nanga katika bahari ya Hindi.
5. Humjui mtu huyu hata kidogo.
6. Kama unakijua kitu hiki, mbona husemi hivyo.
7. Mzee wake alimtumainia yeye siku zote lakini hakumsaidia.
8. Kiziwi humtazama msemaji usoni ili aisome midomo yake asemapo.
9. Nasema naye kila siku kabla ya kwenda kazini.
10. Ajua nisemayo lakini ajifanya hasikii.

B. Jaza nafasi kwa kutumia maneno haya

nilishuhudia	nimsindikize	alipogunduliwa
ikipepea	wakiranda randa	ustahimilivu
kufumba na kufumbua	alirejea	akamnasihi
kumbembeleza	kunong'ona	

1. Kwa kuwa nilikuwapo, ... mambo yote yaliyotokea.
2. Kwa kuwa dada anaogopa giza, aliniomba .... nje kuchukua viatu vyake alivyoviacha karibu na kiwanya cha mpira.
3. Mgeni .... kutoka Mombasa saa kumi jioni hivi.
4. Kama kuna upepo, bendera inaweza kuonekana ....
5. Tulifikiri simba ameondoka. Tuliteremka juu ya miti na kuanza safari yetu tena. ...., alitokea tena na kuanza kutukimbiza.
6. Mtoto alikuwa amelala usingizi. Ili wasimwamshe, wazazi wake walisema kwa ....
7. Alifikiri mambo yake ya wizi yalikuwa siri mpaka ....
8. Wamama wanahitaji .... mwingi wakati wa kulea watoto.
9. Walikuwa hawana kazi nyingi kwa hivyo saa za mchana unaweza kuwaona .... mjini bila kitu maalum cha kufanya.
10. Matilda alipopoteza hereni zake za dhahabu, alianza kulia kwa sauti kubwa. Ndipo dada yake .... na .... akimwambia kuwa watatafuta fedha na kununua nyingine.

Ufahamu

AJALI HAINA KINGA

Watu waliokuwapo pwani walimshuhudia nahodha Kibuyu na rafiki zake wakiingia mashuani. Muda si muda, chombo chake kikatekwa na hapo hapo kikapata upepo wa kaskazi kukisindikiza. Kufumba na kufumbua kikawa kimeshika kasi kuelekea baharini.

Asubuhi ya siku ya tatu, Kibuyu karejea na kilio bandarini. Aliwahuzunisha hata wale waliomzunguka kumsikiliza.

"Ebu, nyamaza kwanza utueleze." Walimnasihi na kumbembeleza.

Mwishowe baada ya kwikwi na duku duku la kilio kumpungua, akaanza kusimulia: Tulikusudia kwenda Fungu Mbaraka kukaa dago kwa muda wa wiki nzima. Ilikuwa tuvue na tupige ndege lakini wapi!"

Kumaliza kusema hivyo Kibuyu akalia tena.

"Ati, Fungu Mbaraka ndiyo nini?" Kijana mmoja aliuliza kwa kunong'ona wakati watu wengine wakiwa wameshughulika kumnyamazisha Kibuyu.

"Ni kisiwa kidogo ambacho kwa desturi hakikai watu. Ni maarufu kwa ndege wake walio wengi, mchanga mweupe na usafi wa maji ya pwani yenye kuzunguka kisiwa hicho. Tena kipo baina ya Ras mbili - Kizimkazi kwa upande wa Unguja na Kimbiji kwa upande wa Tanzania Bara. Kwa mara ya mwanzo, kisiwa hicho kiligunduliwa mnamo mwaka 1758. Miaka mia moja na arobaini baadaye, serikali ya Zanzibar ilipeleka watu kukikalia kwa muda wa miezi sita. Kitendo hicho kilifanyika mnamo mwaka 1898. Tokea hapo, bendera ya Zanzibar ikawa inapepea kisiwani humo. Alieleza mzee mmoja katika kumjibu yule kijana aliyeuliza suala.

Baada ya kutulizana kidogo Kibuyu akaendelea: "Mchana wa siku ya pili, tulikwenda pwani Fungu Mbaraka. Tulitia nanga pahala pamoja tulipodhani patakuwa na samaki wengi.

Kumbe, maji safi yakisaidiwa na mwanga wa jua kali la mchana, yalifichua kila kitu. Kule chini tulipotupa nanga, samaki walikuwa wengi, walipigizana mbio kama watoto wadogo wachezao foliti. Mizia na mikiki, walionekana wakiranda randa kwa marefu na mapana. Ajabu! Juu ya wingi huo wote, hapakutokea hata samaki mmoja aliyejaribu kudonoa mishipi yetu.

Kwa kukosa ustahimilivu, Kikoti akaanza kunung'unika, "Mambo gani hayo hata samaki wanafanya majivuno!"

Mara, Kidanzi aliyekaa kwa utulivu kwenye staha ya mbele ya mashua akaita kwa hamu: "Njooni, njooni!" Kufumba na kufumbua, Kikoti akawa amekwisha kufika.

"Tazama unaona pango lile. Sijui mna nini lakini samaki wote wanamiminika mle". Kidanzi alionyesha kwa kidole chake cha shahada kilichokuwa kimeng'oka ukucha.

"Lo! watanitambua." Alisema Kikoti huku akikimbilia kuchukua bunduki yake na kupiga samaki. Nilimsihi atulie kwanza, lakini hakunisikia.

Muda si muda, akawa amesha valia miwani na viatu vyake vya kupigia mbizi, na mkononi ameshika bunduki. Tahamaki dakika moja baadaye amechupa majini! Tuliacha kila kitu ikawa tunamtazama akiingia mle pangoni, lakini hakutoka tena. Tulimngojea, tukamgoja lakini wapi! Laiti angalisikia maneno yangu angalikuwa hapa anakunywa pombe nasi.

Nahodha Kibuyu alimaliza hadithi yake huku machozi yakimwaika.

MASWALI YA UFAHAMU

Jibu maswali haya

1. Kichwa cha hadithi hii ni mfano wa methali. Nini maana ya methali hii?
2. Kibuyu alikuwa nani katika hadithi hii?
3. Nani aliyepotea katika bahari? Alipoteaje?.
4. Unajua nini juu ya Fungu Mbaraka.
5. Hadithi hii ni ya huzuni au ni ya kushangaza? Toa sababu zako.

Kazi Maalum

Wanafunzi wasimulie juu ya ajali waikumbukayo.

HABARI ZA SARUFI

Interjections

Interjections are forms like the following:
ati, ebu, kumbe, lo, laiti.

These interjections have a specific English translation. However, they have a specific semantic function in Swahili discourse.

1. **ati** 'by the way' is used to attract the attention of the hearer (the person being spoken to) as well as to seek confirmation on what has just been said. It may also be used in case of exhortation.
2. **ebu** 'let' is used only to attract the hearer's attention. When used, the hearer stops whatever activity is in progress and devotes total attention to the speaker.
3. **kumbe** 'so it is' is used to imply that one did not expect the information being given.
4. **lo** 'oh' is used to show a strong feeling which is agreeable or disagreeable.
5. **laiti** 'if only' is used as an expression of regret or even simple surprise.

Other forms include:

6. **naam** 'I hear you', 'acknowleged'. Depending on intonation, one knows whether the form expresses consent or whether it expresses a request by the respondent to the speaker to repeat the proposition.
7. **ewee/ewaa, ewallah** 'agreed', 'absolutely'. This form is used to express consent. It has an inferior superior conotation. That is, it shows consent from an inferior towards a superior.
8. **Ala** 'what' is used to express surprise with a touch of amusement, aggitation, or impatience.
9. **ho!/ha!** 'what' is used to express astonishment. In writings, it is followed with an exclamation mark.
10. **la** 'no' is used to express an emphatic denial or refusal.
11. **mbona** 'how come' is used to give emphasis to a statement, explanation, request and declaration.

MSAMIATI

-badili	change, exchange.
-chagua	select, choose.
chombo	vessel, container, instrument, implement.
-chupa	jump down from a height, move quickly especially in water.
dago	a camp site used by fishermen.
-donoa	to pick on something, take in small quantities.
duku duku	perplexity, disquiet, bitterness.
-fichua	uncover, expose, put out in the open.
foliti	a children's game in which they chase each other.
-fumba	shut/close by bringing things or parts together.
-fumbua	open (i.e the opposite of *fumba*).
-gundua	discover, find out accidentally (*cf.vumbua*).
-jifanya	pretend, malinger.
kasi	fast, high speed.
kisiwa	an island.
-kubali	agree, accept.
kufumba na kufumbua	suddenly, at once.
kwikwi	hiccup, convulsive sobbing.
maarufu	famous, important, well known.
majivuno/-jivuna	pride/be proud, boasting, bragging.
mashua	sail boat.
mbizi (piga mbizi)	dive.
mchanga	sand (*cf. (m)changa* young, prime).
mikiki	type of fish considered poisonous for eating.
(mi)shipi	belt, fishing rod.
mizia	type of shell-fish.
-mwaika/-mwagika	spill, pour out, empty out.
nanga	anchor (*tia nanga* = to anchor).
-nasihi/-sihi	give good advice, to counsel wisely.
-ngara	shine, light up.
ng'oa	root up, pull up, dig out.
-nong'ona	whisper.
-nyamaa/nyamaza	be quiet, stop talking/crying/shouting.
-pepea	fly, wave about in the air, blow up with wind.
-randa	move from one place to another aimlessly.
Ras/rasi	cape, head, chief.
-rejea	arrive, come back, return.
-sindikiza	escort, accompany.

msamiati unaendelea

staha	respect, honour, reverence.
suala/swala/swali	question, inquiry, something for consideration.
-tahamaki	look up suddenly, observe instantly.
-tulizana	calm down, be calm/quiet, be composed.
ustahimilivu	endurance, patience.
ukucha	finger/toe nail.
utulivu	calmness, peacefulness, quietness, gentleness. (-tulia be calm, composed, be quiet)

SOMO LA KUMI NA SABA

MAZOEZI MAALUM

A. Ziandike upya sentenzi zifuatazo ukizianza kwa kutumia maneno yaliyowekwa katika alama za vifungo ()
1. Susana alimpiga dada mgongoni kwa fimbo (dada).
2. Sefu amempeleka Rajabu hospitali (Rajabu).
3. Nilipomtikisa, alianza kulia (yeye).
4. Babu alimwuua ng'ombe kwa urahisi sana (ng'ombe).
5. Tajiri alimdhulumu maskini mali yake yote (maskini).
6. Alizitupa pesa zote alipoona wanyang'anyi wanamkaribia (pesa)
7. Alimpa mama yake mizigo aliyoleta (mama yake).
8. Niliwaambia wanawake wale waende nyumbani(wanawake).
9. Uledi aliunyanyua mzigo mzito (mzigo mzito).
10. Nyamaume waliwashika makuli (makuli).

B. Chagua neno lifaalo kujaza nafasi iliyoachwa katika kifungu hiki ili hadithi ilete maana kamili

magofu	gungu	daraja
Serikali	ilifukuliwa	ndipo
hayajachunguliwa	Maganjo	Waswahili
kale	yanalindwa	sherehe
yenyewe	kaburi	wenyeji

Pengine wengi wetu hawajui kuwa mahali ilipo shule kubwa ya Mombasa hivi leo, karibu na .... linalokiunga kisiwa hicho na bara la Afrika .... kiini cha mji wa .... wa Mombasa. Ilipojengwa shule hii .... mwaka 1919, ... yalivunjwa na mifupa mingi ya wanadamu ....

Leo limebaki .... la Shehe Mvita na makaburi mengine ya zamani, na magofu ya misikiti na majumba mengine. Kila mwaka .... wa asili wa Mvita huja kulizuru kaburi la Shehe Mvita na hapo hufanya .... zao za "Siku ya Mwaka" kwa hesabu ya .... Hapo huchinja ng'ombe na kucheza ngoma inayoitwa .... yenyewe .... sana ijapokuwa .... katika sheria. .... ya Kenya inajaribu sana kuhifadhi mambo kama haya.

Ufahamu

ELIMU YA KUJITEGEMEA

Elimu ya kujitegemea si jambo geni kwa nchi nyingi za Kiafrika. Watoto walifunzwa na wazazi wao kujitegemea wangali watoto. Mara mtoto apatapo fahamu ya kujua mambo yanayomzunguka, wazazi walijaribu kidogo kidogo kumzoesha kufanya mambo machache huku wakimwongoza pole pole. Kwa mfano mtoto wa umri wa miaka mitatu alianza kujifunza kunawa mikono na kurudisha chombo alicholia chakula kwa mama. Apatapo umri wa miaka minne, huanza kwenda mtoni na kaka au dada zake na kuanza kujifunza kuchota maji. Maji haya huyatumia kwa shughuli zake za kucheza au mara nyingine kwa akili zake mwenyewe humpa mama yake na kumtaka ampikie chakula kwa kutumia maji haya.

Kadri anavyokua, mtoto hujifunza kuvaa nguo na kuweka vitu vyake katika hali ya usafi. Watoto wengi huanza kujifanyia shughuli zao binafsi kama kulima bustani ndogo, kufuga kuku au wanyama wengine wadogo. Hutumia mapato wapatayo kwa kujitimizia haja zao pale ambapo wazazi hawawezi kuwapa kila kitu. Kwa namna hii, huwa watu wazima wakijua kwamba kazi ni muhimu na kwamba kujitegemea ni jadi ya Mwafrika.

Katika shule za Tanzania, elimu ya kujitegemea inahimizwa sana. Wanafunzi wanategemewa kujifunza masomo ya nadharia na kutumia nadharia hiyo katika kuendeleza shughuli mbalimbali za kilimo, ufundi, ufugaji na kadhalika. Nia ya serikali ni kuwaelimisha wananchi kutambua kwamba elimu itolewayo ina madhumuni ya kuwaandaa vijana kulitumikia taifa lao, na sio kutimiza haja ya kuingiza desturi za kigeni ambazo haziendani na mila na desturi za Mwafrika.

Mfumo wa elimu iliyoenezwa na nchi zilizotawala Afrika wakati wa ukoloni ulikuwa na lengo la kutayarisha makarani na maofisa wa vyeo vya chini. Kutokana na mabadiliko ya elimu baada ya uhuru, nchi nyingi zimeanza kuwaandaa vijana wake kushika nafasi zote muhimu za kazi katika serikali, katika mashamba, na katika viwanda. Kwa hivyo, ni budi wananchi waelewe misingi ya elimu ya kujitegemea ambapo mawazo ya ubwana na utwana hayapo. Kila mwananchi sharti ajue kwamba kufanikiwa kwake au kwa taifa zima kunategemea juhudi za kila mwananchi kujua kujitegemea.

MASWALI YA UFAHAMU

Jibu Maswali haya

1. Kwa nini mwandishi anasema "elimu ya kujitegemea si jambo geni"?
2. Katika maisha ya mtoto wa Kiafrika, ilidhihirikaje kuwa anajifunza kujitegemea?
3. Elimu ya kujitegemea inawekewaje mkazo katika shule za Tanzania?
4. Nini tofauti baina ya elimu ya mfumo wa kikoloni na elimu ya sasa katika nchi nyingi za Kiafrika.

Andika sentensi kwa kutumia maneno yafuatayo

shabaha	haja	desturi
makarani	mfumo	imani
andaa	wanyonge	juhudi

Kazi Maalum

Wanafunzi wajadiliane juu ya mada ya "kujitegemea"

MSAMIATI

-andaa	prepare, get ready.
desturi	custom, usage, regular practice, routine.
-dhihirika	become clear, obvious.
-dhulumu	treat unjustly, defraud, oppress.
-eneza	spread, cause to be widely known.
-fukia	cover with soil, fill a hole with soil.
-fukua	uncover, unearth, dig out.
geni	foreign, new.
gungu	a mode of dancing.
haja	need, urge, requirement.
-hifadhi	reserve, protect, put in sanctuary.
-ingiza	make enter, insert.
jadi	pedigree, genealogy, ancestry, descent.
-jadili(ana)	discuss (with each other).
juhudi	effort.
-karibia	get close, approach.
maganjo	deserted village or town, ruins.
(ma)gofu	ruins, emanciated, broken down.
(m)fumo	a way things are, connectedness of things, process.
(m)sikiti	mosque.
(m)zigo	load.
mila	custom, habit, propensity.
nadharia	theory.
-nawa	wash oneself lightly.
shabaha	target, aim, intention, ambition.
sheria	law, regulation, code of conduct.
-tikisa	shake violently, cause a vibration.
-timizia	fulfill, accomplish, finish.
ufundi	technical ability.
-vunja	break.
(vy)eo	rank(s).
(wa)nyang'anyi	robbers.
-zoesha	cause to get used to something, acquint.
-zunguka	circle around, wander around.

SOMO LA KUMI NA NANE

MAZOEZI MAALUM

A. Badilisha sentensi hizi kwa kutumia usemi wa msemaji
1. Juma alisema anaenda nyumbani.
2. Yohana alisema kwamba alichapwa fimbo kumi.
3. Aliniuliza kama nina taabu gani.
4. Wazee wake walisema kwamba wanapenda kusafiri.
5. Alisema kwamba Mwanae aliugua homa ya malaria.
6. Alinisihi niweke pesa zangu zote benki ili kujiepusha na wizi.
7. Alisema kuwa watoto wajanja wanazaliwa wajanja.
8. Alituambia tufanye zoezi la nyumbani.
9. Jemadari aliwaambia askari wake waendelee mpaka wawakabili maadui.
10. Aliniuliza vile ningefanya kama ningekuwa nduguye.

B. Andika tarakimu hizi kwa maneno

1. $\frac{1}{2}$ 6. $\frac{3}{8}$

2. $\frac{1}{4}$ 7. $\frac{5}{6}$

3. $\frac{3}{4}$ 8. $\frac{1}{3}$

4. $\frac{2}{5}$ 9. $\frac{1}{6}$

5. $\frac{2}{3}$ 10. $\frac{2}{6}$

Ufahamu

CHUO KIKUU CHA DAR ES SALAAM

Miaka michache iliyopita wengi tusingesadiki kwamba watoto wetu wangeweza kupata shahada kutoka chuo chetu wenyewe. Kutokana na mfumo wa elimu uliowekwa kabla ya uhuru, watu walikuwa wakifikiri kwamba kupata masomo ya juu ni lazima kwenda Ulaya au Amerika. Kwa sababu hizi hata vyuo vyetu vilipoanza humu Afrika, wengi walikuwa hawaridhiki kwamba vijana wanapata masomo ya kweli walipoingia vyuo hivyo. Wakati huo umepita na nchi nyingi za Kiafrika sasa zina vyuo ambavyo ni kama mwanga ambao lazima umulike pote pote Afrika na kusaidia kujenga Afrika nzima.

Tanzania ina vyuo vikuu viwili sasa. Chuo Kikuu cha Dar es Salaam, ambacho kiko mjini Dar es Salaam, na Chuo Kikuu cha Sokoine ambacho kiko mjini Morogoro.

Chuo Kikuu cha Dar es Salaam ndicho kilichokuwa chuo kikuu cha kwanza Tanzania. Chuo hiki kiko karibu na mji, mahali ambapo zamani palikuwa hakuna majengo lakini ambapo sasa kumezuka viwanda vya kila namna karibu nacho. Sehemu za Ubungo si pori tena, ni nyota ya maendeleo baada ya Uhuru.

Wazo la kuanzisha Chuo Kikuu katika nchi ya Tanganyika (kama ilivyofahamika wakati huo), lilitolewa kwa mara ya kwanza katika ripoti ya "Elimu ya Juu" kwa nchi za Afrika ya Mashariki mnamo mwaka 1955. Kutokana na ripoti hiyo, Chuo Kikuu kilitazamiwa kujengwa nchini Tanganyika, baada ya miaka kumi kuisha. Lakini jambo hili lilitiwa nguvu na kuharakishwa, wakati chama kitukufu cha TANU nchini Tanganyika kilipojipatia madaraka ya kutosha serikalini. Mnamo mwaka 1961, mwezi Februari, hati ya muda ya Halmashauri ya Chuo Kikuu ilipitishwa katika Bunge, na hivyo Chuo Kikuu cha Dar es Salaam kikaanzishwa.

Wakati wa mwanzo shughuli zote za Chuo hiki ilibidi ziendeshwe kwenye majengo ya muda. TANU ilikubali jengo lake lililokuwa mtaa wa Lumumba mjini Dar es Salaam likodishwe kwa ajili ya shughuli za Chuo Kikuu. Lakini jinsi Chuo kilivyozidi kukua ilibidi kukodisha majengo na mabweni ya muda kwa ajili ya wanafunzi wa kwanza. Majengo yaliyokodishwa yalikuwa Msimbazi na kwenye kambi za Jeshi la Wokovu Mgulani.

Chuo Kikuu cha Dar es Salaam kilifunguliwa rasmi na Mwalimu Julius Kambarage Nyerere (wakati huo akiwa Waziri Mkuu wa Tanganyika na Mkuu wa Chuo Kikuu cha Afrika ya Mashariki) mnamo tarehe 25 Oktoba, 1961. Wakati huo kilikuwa na wanafunzi kumi na nne tu walioanza mafunzo ya Uanasheria. Mnamo mwezi Julai mwaka 1963 idadi ya wanafunzi ilikuwa themanini, thelathini na watano kutoka Tanganyika, ishirini na moja kutoka Kenya na ishirini na wawili kutoka Uganda, mmoja kutoka Malawi, na mmoja kutoka Zambia. Mkuu wa Chuo wa kwanza alikuwa Bwana R. C. Pratt, na naibu wake alikuwa Dr. W. K. Chagula ambaye alikuwa Mkuu wa Chuo Msajili. Dr. Chagula alikuwa Mkuu wa Chuo baada ya Bwana Pratt. Nafasi ya Dr. Chagula kama Mkuu wa Chuo Msajili ilichukuliwa na Ndugu G. R. Kunambi.

Ilikuwa mnamo mwezi wa Juni mwaka 1964 wakati Chuo Kikuu kilipohamia vkwenye majengo mapya na ya kudumu yaliyoko sehemu iliyoitwa wakati huo 'Observation Hill' na ambayo sasa inaitwa 'Mlimani'. Sehemu hii ni umbali wa maili nne hivi kutoka mjini. Tangu hapo, majengo yamezidi kuongezeka kulingana na kupanuka kwa shughuli za Chuo Kikuu.

MASWALI YA UFAHAMU

Jibu Maswali yafuatayo

1. Kutokana na mafunzo ya kikoloni, watu walifikiri ni lazima mtu afanye nini ili apate masomo ya juu?
2. Chuo Kikuu cha Dar es Salaam ni kama nini kwa wananchi wa Tanzania?
3. Wazo la kuanzisha chuo Kikuu lilitolewa wapi na lini?
4. Shughuli za mwanzo za Chuo Kikuu ziliendeshwa wapi?
5. Mwanzoni kulikuwa na wanafunzi wangapi? Walitoka wapi?
6. Aliyekuwa Mkuu wa Chuo Msajili wa kwanza ni nani? Alikuwa mkuu wa Chuo lini?
7. Chuo Kikuu cha Dar es Salaam bado kiko katika majengo ya muda?

Kujenga Msamiati

Nini maana ya maneno haya. Unaweza kutunga sentenzi kama njia mojawapo ya kuonyesha maana ya maneno haya.

-sadiki	shahada	-ridhika
-zuka	-kodisha	madaraka
-mulika	pori	hati
shughuli	naibu	-hamia

Kazi Maalum

Wanafunzi wafanye utafiti juu ya historia ya chuo au shule waliyosoma na kutoa taarifa hiyo darasani.

HABARI ZA SARUFI

Direct speech is characterized by quotation marks (*"hujambo"*). Reported speech is characterized by either of the following conjunctions: **(ya) kwamba, (ya) kuwa, (ya) kama.** It may also be introduced by any of the following verbs:

ambia.... in reporting a statement made by one person to another.
sema.... in reporting a general statement.
uliza.... in reporting a question.
taka/amua 'decide'....in reporting a decision, intention, or an order.
Mifano

1. "Nendeni nyumbani tafadhali", mwalimu aliwaambia.
   Mwalimu aliwaambia waende nyumbani.
2. "Tunataka kuwaona watoto wetu", wazazi walisema.
   Wazazi walisema (kwamba) wanataka kuwaona watoto wao.
3. "Mnataka kwenda wapi?", aliuliza.
   Alituuliza (kama) tunataka kwenda wapi.
4. "Njooni hapa sasa hivi", mwalimu alisema.
   Mwalimu alitutaka tuende pale wakati ule.
5. "Nitaondoka kesho bila kukosa", alisema kwa hasira.
   Aliamua kwamba ataondoka kesho bila kukosa.

B. Fractions

The following are useful fractions.

$\frac{1}{2}$ = nusu.
$\frac{1}{4}$ = robo.
$\frac{3}{4}$ = robo tatu au moja kasoro robo.
$\frac{1}{3}$ = theluthi moja.
$\frac{2}{3}$ = theluthi mbili.
$\frac{1}{5}$ = moja ya tano.
$\frac{1}{6}$ = sudusu.
$\frac{1}{8}$ = thumni moja.

MSAMIATI

bunge	house of parliament.
chama	union, an organisation, a party with a political stand.
hamia	migrate, move to a new location.
hati	certificate.
idadi	amount, a measure which involve numbers.
jeshi	army, military army.
-kabili	confront, overcome, endure.
-kodisha	rent, lease.
(ma)daraka	power, government.
msajili	registrar.
-mulika	throw a beam of light on an object, gleam.
(m)wanga	light.
naibu	deputy, one who can take up duties of his superior.
-ridhika	be satisfied, contented.
ripoti	report.
-sadiki	believe, have confidence.
shahada	degree, a certificate of academic achievement.
-tazamiwa	expect, look forward to.
tukufu	honorable, supreme.
uanasheria	pertaining to law.
umbali	a measure of distance.
(wa)janja	clever, cunning.
wokovu	salvation.

SOMO LA KUMI NA TISA

MAZOEZI MAALUM

A. Ziandike sentensi zifuatazo kwa kuzianza kwa maneno katika vifungo ()

mfano: *Alipikiwa chakula cha mchana na mama.*
Mama alimpikia chakula cha mchana.
1. Aliambiwa aende mtoni mara tano na mama.
2. Amepewa fedha za kumtosha kwa safari yake na baba.
3. Waliulizwa habari za nyumbani na shangazi.
4. Utapelekwa mahakamani kama utakamatwa na askari.
5. Askari wote wamejeruhiwa vibaya na adui.
6. Alikamatwa akitangatanga mjini bila kazi na polisi.

B. Andika sentensi zifuatazo ukitumia maneno katika vifungo bila kugeuza maana ya sentensi

1. Nilifika mapema lakini sikumkuta (ingawa).
2. Alikimbia sana mpaka akapata zawadi (kwa sababu)
3. Sababu ya kufanya hivi ni kuonyesha desturi za kabila (ili).
4. Mtoto aliyeumwa na nyoka yuko hospitalini (amba......)
5. Waliondoka wakaenda kwingine (mahali).
6. Watoto wamerudi katika darasa (darasani).
7. Asingeiba asingefungwa jela (kama).
8. Sikumkuta baba na sikumkuta mama (wala).
9. Chumba hiki si kibaya hata kidogo (kizuri).
10. Aliweka maziwa ndani ya kabati (kabatini).

Ufahamu

KUCHAGUA MCHUMBA KWA WACHAGA

Katika jamii ya Wachaga, wavulana na wasichana huachwa huru kujichagulia wachumba wao, bila maingilio ya wazazi wao. Tangu utoto, watoto wa kiume na wa kike hukutana na kuzungumza mara nyingi hata wakaweza kujuana sana kabla ya kuanza kuchumbiana. Kwa hivyo hakuna haraka katika kujichagulia mke au mume.

Mvulana anapojisikia anampenda msichana fulani, hawezi kumwambia msichana mwenyewe kuwa anampenda mbele ya watu. Kama anafanya hivyo, itafikiriwa kuwa ni utovu wa adabu na kutojua mila na desturi za kabila. Kwa hivyo mvulana humwambia rafiki mmoja au wawili katika hirimu yake. Hapo wote huenda kumtembelea huyo msichana. Wakishafika nyumbani kwa msichana, huingia ndani ya nyumba ya mama yake. Msichana na mama husalimiana na wavulana hawa halafu mama huwapa viburudisho. Baadaye, mama hutoka na kwenda zake kuwaachia watoto hawa nafasi ya kuzungumza. Mmoja wa wavulana anaweza kumwuliza msichana kama anataka kufahamu kwa nini wamemtembelea. Msichana hujibu kama si lazima kwa sababu kwa desturi ya Wachaga, kila apitaye njia anaweza kukaribishwa kula na jamaa. Basi, hapo mvulana mmoja anamwambia kuwa wanatafuta makao ambako wanaweza kupokelewa na kupewa chakula na ulinzi kila wakati na sio kama wapita njia. Kwa maneno mengine wanataka kuwa watoto wa nyumba hiyo. Kwa tamko hilo, msichana hujua mara moja nia yao. Basi huwauliza kusema wazi wazi ni nani kati yao anayetaka kuwa mwenyeji wa nyumba yao. Hapo mvulana mmoja humtambulisha anayekusudia kumtaka uchumba msichana huyo. Ikiwa atamtaka awe mumewe, huwaambia waende zao na kurudi siku nyingine. Wakati mwingine matembezi kama hayo hufanywa mara mbili au tatu hivi. Wakati anapotoa jibu la mwisho, msichana huwaambia, "Nakubali mwana wa Fulani apokelewe katika ukoo wetu."

Sherehe zote za arusi hufanywa na baba na mama wa mvulana. Kwa hivyo, mvulana hushauriwa azungumze na wazazi wa msichana juu ya mipango ya arusi. Ikiwa wazazi wa msichana watamkubalia mvulana, basi shughuli za arusi huanza.

Kama msichana hampendi mvulana huyo, husema, "Nyumba yetu si kubwa ya kutosha kwa mtu mwingine wakati huu." Jibu hili huwatahadharisha wavulana kuwa wamekataliwa. Wataondoka kwa huzuni, lakini hawatakuwa na chuki juu ya familia hiyo.

MASWALI YA UFAHAMU

Jibu maswali haya

1. Mchumba huchaguliwa na nani?
2. Orodhesha hatua achukuazo kijana kama amempenda msichana fulani.
3. Sherehe za arusi hufanywa na nani?
4. Msichana hutumia usemi gani iwapo hapendi kuolewa na kijana fulani? Nini maana kamili ya usemi huo?

Kazi Maalum

Wanafunzi wajadiliane juu ya mila na desturi maalum katika jamii yao.

HABARI ZA SARUFI

Auxiliary Verbs

We made mention of some of the auxiliary verbs in Lesson 10. These are **kuwa, kuja** and **-taka.** Others are **-enda** and **-weza.** They are considered auxiliary verbs when they appear with another verb which contains the main information of an event. The auxiliary verbs carry additional information which is crucial to the information in the main verb.

1. **kuwa** is used to indicate a static situation. As we noted in Lesson 10, the main verb may express a continuous action if the progressive aspect marker **-ki-** or the tense **na** are used. For example:

   Alikuwa akisoma.
   Alikuwa anasoma.
   "He was reading."

   The presence of the verb **kuwa** makes the verb **soma** express a static situation. The static situation will bear a time reference which is expressed in the verb **wa.** In the examples above, the time reference is past and it is expressed by **li.** Any of the other tense and aspect markers may likewise be used.

2. **-enda** may be used as an auxiliary verb. It may co-occur with any of the tense or aspect markers to indicate the time of the action of the main verb. The main verb is expressed in the infinitive form. For example:

   Alienda kutembea.
   "He went to walk."

   When used with a relative of time **-po-** with or without the subject prefix, it indicates probability.
   For example:

   Endapo atafika, tutafanya uamuzi kamili.
   "Should he come, we will then make a definite decision."

   Endapo may also be used instead of **ikiwa, kama** (cf. Lesson 12) to express a condition.

Huenda 'may be' can also be used as an auxiliary verb and when it combines with any tense or aspect marker, it will express probability. Further, when it is used with tense markers, it will imply that the proposition is highly probable. Otherwise, when used with aspect markers like **ka**, it will imply that the proposition is less probable.

For example:

Huenda akaja leo.

"May be he will come today/He might come today."

3. As an auxiliary verb, **-weza** expresses ability, potentiality or possibility. The main verb is expressed in the infinitive except in conditionals.

For example:

Anaweza kusoma hapa.

"He can study here."

Akiweza atakusaidia.

"If he can he will help you."

Angeweza angekusaidia

"If he could he would help you."

4. Another auxiliary verb, **-taka** is used to indicate a "point of departure". Like in the other cases with auxiliary verbs, the main verb is expressed in the infinitive.

For example:

Alitaka kutembea tu.

"He just wanted to walk."

MSAMIATI

-acha	leave, cease, stop an on-going action.
arusi	wedding.
chuki	anger, bitterness, rage.
-chumbia	courting.
hirimu	age period of life (between 10-25), contemporary.
huzuni	sadness, unhappiness, bad feeling.
-jeruhi	injure.
-kataa	refuse, deny.
-kubali	agree, accept, acknowledge.
-kusudia	intend, plan to.
mahakama	court house.
(ma)ingilio	intrusions, interventions.
(ma)tembezi	a walk, a stroll, a visit.
(m)chumba	fiancé.
mila	traditions, culture.
(mi)pango	arrangement, plan, organization.
orodha	a list.
sherehe	celebration, feast.
-tahadhari(sha)	be cautious, avoid, be on guard (against).
tamko	announcement, statement, pronouncement.
-tangatanga	wander around, be without a specific place of abode.
ulinzi	security.
ukoo	clan, familyhood, of the same ancestry.
utovu	misconduct.
usemi	a way of talking, pronouncement, a say.
wazi wazi	clearly, plainly.

SOMO LA ISHIRINI

MAZOEZI MAALUM

A. Weka vituo na herufi kubwa pafaapo

mwalimu mkuu alitoka nje na kusema niletee vitabu vyangu tafadhali mwanafunzi aliingia ofisini kwa mwalimu na kumletea vitabu hivyo mara ghafula wakaona motokaa ya mkuu wa elimu inaingia mwalimu mkuu aliondoka mara kumpokea mkuu wa elimu wanafunzi walisimama kwa adabu na kumwamkia mkuu wa elimu yeye alisema nina habari njema kwenu shule yenu imechaguliwa kushiriki katika mashindano ya kitaifa ya elimu ya kujitegemea serikali itatoa shillingi elfu tano kama msaada kwenu ili muweze kushiriki kikamilifu wanafunzi na mwalimu walifurahi sana na walimshukuru mkuu wa elimu baada ya kuondoka mwalimu pamoja na wanafunzi walianza mazungumzo juu ya matayarisho ya mashindano haya

B. Tumia maneno yafuatayo ili kukamilisha sentenzi hizi (unaweza kutumia neno zaidi ya mara moja)

ona, meza, ua, jambo, jua.

1. Unaweza kuugua kama uta............. chakula bila kukitafuna.
2. Ninataka kukaa juani kwa sababu nina............. baridi sana.
3. Alipofika hapa haku.................. mtu ye yote.
4. Vitabu vyangu viko juu ya ....
5. Kumwibia mtu mali yake ni .... linalostahili adhabu kubwa.
6. Aliweka nguo zake juu ya .... ulioizunguka nyumba yake.
7. Tulipokutana naye alisema ham................ ?
8. Hapa Marikani, ... ni kali sana mwezi Julai na Agosti.
9. .... hili linaitwa waridi.
10. Alisema kwamba ana............... mahali anapokaa.
11. Simba aliwa......... twiga wawili.

Ufahamu

UTEUZI WA LUGHA YA TAIFA

Lugha ya taifa ni ile ambayo imeteuliwa kwa matumizi ya wananchi wote. Kwa kawaida, lugha hiyo huzuliwa katika lugha nyingi zinazozungumzwa nchini. Kwa mfano, huko Tanzania kuna lugha zaidi ya mia moja, lakini Kiswahili kiliteuliwa kuwa lugha ya taifa.

Ni nchi chache sana ulimwenguni ambazo hazikuwa na shida ya kuunda lugha ya taifa. Ingawa ni fahari kubwa kwa nchi kuwa na lugha yake ya taifa, si rahisi jambo hilo kufanyika.

Moja kati ya tatizo kubwa la nchi zinazoendelea, nchi ambazo kwa miaka nenda na miaka rudi, zimekuwa chini ya utawala wa kikoloni, ni kule kujiamulia ipi kati ya lugha zake iwe lugha ya taifa. Ni tatizo kubwa sana na pengine hata kushinda tatizo la uchumi. Tatizo hili sio la nchi changa tu, bali ziko nchi zilizoendelea, kwa mfano Ubeljiji, na Uswisi ambazo zinatumia lugha za jirani zao kama lugha rasmi kwa sababu ya kushindwa kuteua lugha ya taifa kutokana na vilugha vitumikavyo katika nchi hizo. Kwa mfano, sehemu ya kaskazini ya Ubelgiji inatumia Kiholanzi na ile ya kusini inatumia Kifaranza.

Huko Uswisi, mambo ni magumu zaidi, kwa sababu kuna lugha tatu rasmi. Kiitaliano husemwa sehemu za kusini, Kijerumani hutumiwa na wakazi wa sehemu za Kaskazini, na wale wa sehemu za magharibi husema Kifaranza.

Katika bara la Afrika, ambamo nchi nyingi zimejikomboa kutoka minyororo ya utumwa, mpaka leo hii hapajapatikana ufumbuzi wa lugha ya taifa. Ziko nchi chache sana ambazo zimelimudu jambo hili, mojawapo ni Tanzania. Hatuna budi kulionea fahari jambo hili. Ni jambo tukufu lenye kuipa heshima nchi.

Inafaa tujiulize kwa nini tatizo kama hili huzuka na kwa nini hushinda kupatiwa ufumbuzi? Sababu kubwa ni kwamba katika nchi moja huwepo vilugha au lugha nyingi ambazo hakuna moja ifaayo kuwa msingi wa kusanifisha ile ambayo itafanywa lugha ya taifa. Tatizo kama hili lilikuwepo huko Ujerumani, zama za Luther. Jambo moja lililowasaidia Wajerumani katika kusanifisha Kijerumani, ni kule kuwepo mfanano wa vilugha vyao vipatavyo vitano hivi.

Nilisema kabla kwamba tatizo la kuwa na lugha ya taifa pia lipo katika nchi zinazoendelea. Kwa mfano nchi nyingi za Afrika ya Magharibi zina tatizo hili. Nchi nyingi zimelazimika kuwa na lugha mbili au tatu maalumu katika nchi. Lugha moja huitwa lugha ya shughuli za serikali na nyingine huwa lugha ya matumizi ya kawaida kwa wananchi. Wananchi wanaweza kutumia lugha ya kabila lao kwa ufundishaji wa masomo mashuleni. Hata hivyo wanawajibika kuifundundisha lugha ya shughuli za serikali, si kwa matumizi ya kawaida bali kama somo maalum katika mfumo wao wa elimu. Hii ni kama Kiingereza au Kifaranza kilivyofunzwa wakati wa ukoloni. Utakuta pia, kwamba sehemu mbali mbali za nchi zenye uwezo wa kumudu kituo cha redio, wanatumia zaidi lugha ya sehemu ile badala ya lugha ya serikali kwa sababu wananchi wa sehemu ile wanaimudu lugha yao zaidi. Tatizo kubwa la kuzigawa sehemu za nchi moja kufuatana na lugha waisemayo, ni kwamba kunakuwa na mgawanyiko wa fikara zihusuzo utu, utamaduni na umoja wa nchi. Wananchi wanaamini wao ni wazalendo wa nchi hiyo, lakini wanajiona tofauti na wale wa sehemu nyingine ambao hawasemi lugha yao. Matatizo ya ukabila huzuka kama yalivyo katika nchi za Kenya, Uganda, Nigeria na kadhalika. Tatizo hili, kwa bahati nzuri, halipo kabisa Tanzania kwa sababu lugha ya taifa imewafanya wananchi kuimarisha umoja wao na uzalendo wao.

Nchi nyingine, ambayo imefuzu kuamua juu ya lugha ya Taifa, ni Indonesia. Wakati nchi hiyo ilipokuwa katika vita vya Uhuru, ilichagua lugha iitwayo 'Bahasa' kati ya lugha nyingine zisemwazo nchini humo. Hii ni lugha ya biashara, kama Kiswahili kilivyokuwa. Kabla ya kutangazwa kuwa lugha ya taifa, ilikuwa ikizungumzwa na watu wapatao milioni kumi. Ajabu ni kwamba lugha ambayo ilikuwa ikizungumzwa na watu wengi zaidi, yaani 'Kijava', haikuchaguliwa. Sababu kubwa iliyoifanya lugha ya 'Bahasa' kuchaguliwa ni kule kuenea kwake nchi mzima. 'Kijava' kilikuwa hakikuenea nchi nzima na ingebidi watu wa sehemu nyingi kukaa chini na kuanza kujifunza. Kuenea kwake kulitokana na uenezaji wa biashara, na pia kutumika kwake katika shughuli za serikali, siasa, na uchumi. 'Bahasa' ilikuwa imetajirika kwa msamiati wake pia hasa kwa sababu ya kukopa kutoka lugha ya kwanza ya watu wa sehemu ambapo 'Bahasa' ilienea. 'Bahasa' ilikuwa na utajiri mkubwa pia wa fasihi ya lugha. Hii iliendeleza ukuaji na ueneaji wa lugha hiyo. Sababu hizi zinafanana na sababu zilizokifanya Kiswahili kuteuliwa kuwa lugha ya Taifa la Tanzania.

MASWALI YA UFAHAMU

Jibu maswali haya

1. Tatizo la kuteua lugha ya taifa linaweza kutokana na nini?

2. Nchi gani ya Kiafrika imeweza kutatua tatizo la uteuzi wa lugha ya taifa? Nchi hiyo iliiteua lugha gani?
3. Je, uteuzi wa lugha ya taifa ni tatizo kwa nchi zinazoendelea tu? Thibitisha jibu lako.
4. Nchi ya Indonesia ilichagua lugha gani kuwa lugha ya taifa? Kwa nini?
5. Kutokuwa na lugha ya taifa kunaleta matatizo gani katika nchi?

Matumizi ya maneno

1. Andika neno moja lenye maana sawa na:
   | tatizo | ufumbuzi | hatuna budi |
   | chache | zama | fuzu |

2. Andika kinyume cha:
   | kushindwa | rahisi | uhuru |
   | chache | kuwahi | kabla |

Kazi Maalum

Wanafunzi wajadiliane juu ya umuhimu wa lugha ya taifa.

MSAMIATI

-bidi	oblige, necessitate.
budi	obligation, necessity.
fahari	fame, honor, prestige.
fasihi	correct, elegant, literature (English or Swahili literature).
fikara	thoughts, opinion.
fuzu	succeed, win (as in competition or examination).
heshima	honor, respect.
-imarisha	strengthen, make firm, strengthen.
jirani	neighbour.
kikamilifu	completely, precisely, accurately.
-komboa	liberate, rescue, redeem, free, compensate.
kopa	borrow.
(ma)gumu	hard, difficult.
(m)fanano	likeness, resemblance (cf. *fanana* = look alike).
(m)gawanyiko	division, separation (cf. *gawanya* = divide.)
miaka nenda na miaka rudi	time and time again.
(mi)nyororo	chain, fetters.
-mudu	have self control, stretch, extend oneself.
rasmi	official, officially.
-sanifisha	do work with skill.
sanifu/-sanifu	standard/invent, compose, standardize.
-tajirika	become rich, wealthy.
-tangaza	announce, declare, advertise, publicize.
-teuliwa	appointed, selected, nominated.
ufumbuzi	solution.
ukabila	tribalism, ethnicity.
ulimwengu	universe, world.
utu	humanity, sensibility, sensitivity.
uzalendo	patriotism, nationalism.
(vi)lugha	dialects.
(wa)kazi	occupants, inhabitants, dwellers.
wajibu	responsibility, accountability.
-wajibika	be responsible, be accountable.
zama	(*cf. zamani*) some time in the past, period, epoch.
-zu(k)a	start something, bring information out, compose.

NYONGEZA

1. Methali "Proverbs"

Waswahili hupenda sana kutumia methali katika mazungumzo yao. Kama mtu akisafiri pwani na kusikiliza wenyeji wakizungumza ataweza kuzisikia methali mbalimbali. Watoto wengi hawajifunzi methali shuleni, bali kutokana na mazungumzo ya kila siku katika sehemu wanazoishi. Siku hizi kama mtu akisafiri sehemu za Mombasa au Unguja na pemba, ataweza kuona methali zimeandikwa katika mavazi mbali mbali kama khanga au leso. Methali hutumiwa kama njia mojawapo ya kutoa mafunzo kwa njia ya mifano. Methali moja inaweza kutoa mafunzo mbalimbali kutegemeana na uwanja wa matumizi.

Zifuatazo ni baadhi ya methali ambazo hutumiwa sana.

1. Ada ya mja hunena, 'Mungwana ni kitendo'
   Public opinion maintains, 'A gentleman is judged by his actions.'
   cf. Manners maketh man: or Handsome is as handsome does.

2. Aisifuye mvua imemnyea
   He who praises rain has been rained on.
   cf. One gives praise to something from which he has benefited.

3. Ajidhanie amesimama, aangalie asianguke.
   He who thinks he has stood up, should be careful not to fall down.
   cf. Once you have achieved success try to keep it up.

4. Akiba haiozi.
   A reserve will not decay.
   cf. Put something away for a rainy day.

4. Akili ni mali
   Ability or intelligence is wealth.
   i.e. If you use intelligence, you will become wealthy but if you don't use your intelligence, even if you are wealthy, it is useless because the wealth will sooner or later disappear.

5. Akili ni nywele, kila mtu ana zake
   Brains are like hair, every one has his own (kind).

6. Akili nyingi huondoa maarifa.
   Great wit drives away wisdom.
   cf. Too clever by half.

7. Akufaaye kwa dhiki ndiye rafiki.

A friend in need is a friend indeed.

8. Akipenda chongo huita kengeza.
He who loves calls one eyed a squint.
cf. Love thinks no evil, Love is blind.

9. Aliye kando haangukiwi na mti.
He who keeps to the road side will have no tree fall on him.
i.e. Do not deliberately expose yourself to danger, or get yourself involved in an unpleasant situation.

10. Amani haipatikani ila kwa ncha ya upanga.
Peace cannot be secured save at the point of the sword.
cf. If you want peace, prepare for war.

11. Anayekataa wengi ni mchawi.
A person who dislikes company is a wizard.

12. Asiyefunzwa na mamaye, hufunzwa na ulimwengu.
He who was not taught by his mother will be taught by the world.

13. Asiyekubali kushindwa si mshindani.
He who does not accept defeat is no sportsman.

14. Asiyekujua hakuthamini.
He who does not know you does not value you.

15. Asiyesikia la mkuu, huvunjika guu.
He who does not listen to his elder's advice gets his leg broken.
i.e. By taking others advice especially our elders, one can avoid a lot of trouble.

16. Avumaye baharini, papa, kumbe wengine wapo.
The one that is, famous in the sea is the shark, but then, there are many others. cf. Give a dog a bad name.

17. Baada ya dhiki faraja.
After a hardship comes relief.
cf. Every cloud has a silver lining.

18. Bendera hufuata upepo ama maji hufuata mkondo.
A flag follows the wind or water follows the current.
Used of people who keep changing sides whenever they imagine that it may be beneficial to them.

19. Chema chajiuza, kibaya chajitembeza.
A good thing sells itself, a bad thing advertises itself for sale. cf. Good wine needs no bush.

20 Damu nzito kuliko maji.

Blood is thicker than water.
21. Dawa ya moto ni moto.
    The remedy for fire is fire. cf. Tit for tat.
22. Debe shinda haliachi kutika.
    An empty cask makes most noise.
    cf. He knows most who speaks least (used of people who talk a lot when they really know nothing).
23. Dua la kuku halimpati mwewe.
    The curse of a fowl does not bother the kite (said of a situation where injustice prevails as a result of power. A powerless person can do nothing to harm a powerful person).
24. Hakuna masika yasiyokuwa na mbu.
    There is no season of heavy rains without mosquitoes.
    i.e. The troubles of one person are usually the pleasure of another.
25. Hapana siri ya watu wawili.
    A secret is no secret when shared by two people.
    cf. Three can keep a secret if two are dead.
26. Haraka haraka haina baraka.
    Hurry hurry has no blessing. cf. More haste, less speed.
27. Hasira hasara.
    Anger brings damage or loss.
28. Kawia ufike.
    Better late than never.
29. Kwa mwoga huenda kicheko na kwa shujaa huenda kilio.
    With a timid person goes laughter, with a bold person goes wailing.
    i.e. Timidity often ends in a laugh, but bravado in a lament.
30. Kidogo kidogo hujaza kibaba.
    Bit by bit, fills the bushel.
    cf. Little strokes fell great oaks. Constant dripping wears away a stone.
31. Kikulacho ki nguoni mwako.
    That which eats you up is in your clothes.
    cf. It is the person who knows you well that makes trouble for you although you may not know it.
32. Kuelekeza si kufuma na kuchumbia si kuoa.
    Aiming is not hitting or wooing is not marrying (used of people who make many plans after which they are content to sit back as though they had attained their aspiration).

33. Kukopa arusi, kulipa matanga.
    Borrowing is like a wedding, repaying is like a mourning.
34. Lila na fila havitangamani.
    Good and evil will not mix.
35. Lisemwalo lipo, kama halipo linakuja.
    What is being talked about is there, if it is not there, it's coming along behind.
36. Mla nawe hafi nawe ila mzaliwa nawe.
    He who eats with you will not die for you, but he that is, born with you (will).
37. Mgema akisifiwa, tembo hulitia maji.
    If the wine tapper is praised, he dilutes the palm-wine with water.
38. Mkono mtupu haulambwi.
    An empty hand is not licked. cf. An empty hand is no lure for a hawk.
39. Mstahimilivu hula mbivu.
    A patient man will eat ripe fruits. Patience will bring reward.
40. Mtaka cha mvunguni sharti ainame.
    He who requires what is under the bed must stop for it.
    There is no royal road to success (the Swahili people make use of the space under the bed for storage of utensils and other provisions).
41. Mtoto umleavyo ndivyo akuavyo.
    As you bring up a child, so will he be.
42. Mwanzo wa ngoma ni 'Lele'.
    The beginning of a dance is the noise of the drum.
    cf. Before a fight is a quarrel/Big things have small beginnings.
43. Ngoma ikilia sana hupasuka.
    When a drum sounds loud it soon bursts (said as a precaution to people who are very ambitious).
44. Penye nia pana njia.
    Where there is a will there is way.
45. Usipoziba ufa, utajenga ukuta.
    If you do not fill up a crack, you will have to build a wall.
    cf. A stitch in time saves nine.
46. Udongo upatize ungali maji.
    Work the clay while it is still wet. cf. Strike while the iron is hot.
47. Udugu wa nazi hukutania chunguni.

The brotherhood of coconuts is a meeting in the cooking pot (said of people who do not cooperate until it is too late).
48. Ukitaka kula nguruwe, kula aliyenona.
If you want to eat pork, choose from a fat pig (Muslims are forbidden pork). cf. As well be hanged for a sheep as a lamb.
49. Wapiganapo fahali wawili, ziumiazo ni nyasi.
When two bulls fight, it is the grass that suffers (i.e. when there is a war, the innocent suffer).

Tazama: S.S. Farsi. *Swahili Sayings. (1). 1981.* Eastern Africa Publications Ltd. P.O. Box 1002 Arusha, Tanzania. kwa methali nyingine zaidi.

2. Vitendawili "Riddles"

Vitendawili hutumiwa kama mchezo. Mtu mmoja hutega na wengine hujaribu kutegua. Kama wakishindwa, mtegaji hawezi kutoa jibu mpaka apewe kitu kizuri akitakacho kama vile mji, chombo, n.k. Kwa mfano wachezaji wanaweza kumpa mtegaji mji wa Nairobi. Akiupenda, atategua kitendawili. Asipoupenda atataka mji au kitu kingine mpaka ameridhika.

Ifuatayo ni mifano michache ya vitendawili vitumikavyo mara kwa mara.

1. Kamba yangu ndefu lakini haiwezi kufunga kuni.
2. Kipo lakini hukioni.
3. Kuku wangu katagia miibani.
4. Ninapompiga mwanangu watu hucheza.
5. Nina saa ambayo haijasimama tangu kutiwa ufunguo.
6. Mzazi ana miguu bali mzaliwa hanayo.
7. Anataga huku akitambaa.
8. Nyumba yangu kuu lakini ina mlango mdogo.
9. Nimeanika mpunga wangu juani lakini kulipopambazuka sikuuona.
10. Huku ng'o na kule ng'o.
11. Taa yangu yazagaa ulimwengu mzima.
12. Popote niendako hunifuata.
13. Haukamatiki wala haushikiki.
14. Niliona mkufu njiani lakini sikuweza kuunyakua.
15. Daima nasikia tu bali simwoni.
16. Nimemwona bi kizee amejitwika machicha.
17. Mwarabu mweupe amesimama kwa mguu mmoja.

18. Huku mwamba na kule mwamba.
19. Pana ng'ombe miongoni mwa kundi la ndama.
20. Afahamu kuchora lakini hafahamu achoracho.
21. Cheupe chavunjika manjano yatoka.
22. Hamwogopi mtu ye yote.
23. Nzi hatui juu ya damu ya simba.
24. Ni kitu gani ambacho kutoa ni kuongeza?
25. Popo mbili zavuka mto.
26. Nazi yangu yafurahisha ulimwengu pia.
27. Bwana mkubwa amelala ndani, ndevu nje zapepea.
25. Nina watoto wangu ambao daima hufukuzana lakini hawakamatani.

Majibu ya Vitendawili

1.	njia	2.	kisogo	3.	nanasi
4.	ngoma	5.	moyo	6.	kuku na yai
7.	boga	8.	chupa	9.	nyota
10.	giza	11.	mwezi	12.	kivuli
13.	moshi	14.	siafu	15.	upepo
16.	mvi	17.	uyoga	18.	kaburi
19.	mwezi na nyota	20.	konokono	21.	yai
22.	njaa	23.	moto	24.	shimo
25.	macho	26.	jua	27.	mahindi
28.	magurudumu ya gari				

Tazama: S.S. Farsi. *Swahili Sayings*. (1). 1981. *Eastern Africa Publications Ltd. P.O. Box 1002 Arusha, Tanzania.* kwa vitendawili vingine zaidi.

3. Misemo "Sayings"

Ifuatayo ni misemo michache itumiwayo mara kwa mara.

1. Anawachukua wazee wake.
   He supports his parents.
2. Safari ilichukua siku nyingi.
   The journey took many days.
3. Amekula chumvi nyingi.
   He has lived long.
4. Nguo hizi zinakuchukua.
   These clothes suit you.

5. Enda chafya.
   sneeze.
6. Enda mwaya.
   Yawn.
7. Piga pasi.
   Iron clothes.
8. Piga mbizi.
   Scuba dive.
9. Piga mluzi.
   Lip whistling.
10. Piga filimbi.
    Whistle using a whistle.
11. Piga kithembe.
    Lisp.
12. Piga ngumi.
    Punch.
13. Piga makofi.
    Clap the hands.
14. Piga pembe.
    Butt.
15. Piga moyo konde.
    Dare, take courage.
16. Yu macho.
    He is awake.
17. Kaba roho.
    Throttle.
18. Futa makamasi.
    Wipe the nose.
19. Vuta makamasi.
    Sniff.
20. Penga makamasi.
    Blow nose.
21. Enda haja.
    Use the bathroom, relieve oneself in the bathroom.
22. Fanya kijicho.
    Be envious, be jealous of.
23. Kaa macho.
    Remain awake.
24. Katiwa notice.
    Be summoned to court.
25. Andikiwa kitanda.
    Be admitted in the hospital.

26. Kata tamaa.
    Despair.
27. Kata shauri.
    Decide.
28. Kauka sauti.
    Have a hoarse voice.
29. Kunja uso.
    Frown.
30. Mtu wa miraba minne.
    A thick set man.
31. Kitambaa hiki kinaona.
    The cloth is transparent.

MAJIBU YA MASWALI KATIKA MASOMO

Somo la kwanza

A.
1. wa   2. ya   3. ya   4. za   5. la
6. la   7. wa   8. za   9. ya   10. ya

B.
1. Wafanyakazi walikuwa **na** furaha kwa sababu ilikuwa siku ya kupumzika.
2. Wanafunzi wana siku mbili **za** kupumzika kesho.
3. Walipewa nafasi **ya** kuzungumza na wageni.
4. Kuna mashindano mbalimbali, kama vile, mpira **wa** kikapu, mbio **za** masafa marefu, mbio **za** kupokezana, na mashindano **ya** ndondi.
5. Wanafunzi wanapenda mashindano **ya** mchezo **wa** soka.
6. Hawana maji na chakula **cha** kutosha.
7. Watawapa pesa na mahitaji mengine **ya** safari.

C.
1. yake   2. wake   3. chake   4. zake
5. kwake/mwake   6. lake   7. wake/zake
8. yake/zake   9. yake   10. wake

Somo la Pili

A.
1. wote   2. wote   3. wote   4. wote
5. chote   6. wote   7. kote   8. yote/zote
9. yote   10. chote   11. wote   12. yote

B.
1. mzee ye yote   2. ukuta wo wote
3. jicho lo lote   4. kidole cho chote
5. mlima wo wote   6. mbwa ye yote/wo wote
7. mahali po pote 8. bibi ye yote/wo wote
9. shoka lo lote   10. motokaa yo yote/zo zote

C.
1. ku   2. ni   3. m   4. wa   5. mw
6. mw   7. tu   8. wa   9. ku   10. wa

Somo la Tatu

A.

1. Mwanafunzi **wa** chuo kikuu **cha** Dar es Salaam.
2. Nyumba **ya** mzee Juma **wa** kijiji **cha** Mbezi.
3. Barua (wingi) **za** washiriki **wa** michezo **ya** Olympiki.
4. Mlangoni **kwa** meneja **wa** kiwanda **cha** kutengenezea viatu.
5. Kifo **cha** baba yake kilimsikitisha sana mama **wa** watoto hawa.
6. Chumbani **mwa** watoto kuna takataka **za** kila aina.
7. Meli **ya** Waingereza ilitia nanga katika bahari **ya** Hindi.
8. Uhuru **wa** watumwa haukupatikana mpaka Waingereza walipofika.
9. Afya **za** watoto hawa si nzuri **ya** kutosha.
10. Kusoma **kwa** watoto hawa hakuridhishi.

B.

mtoro	goma	kiwanda	mifuko	ndizi	ukuta
mkurugenzi	sanduku	chakula	milima	babu	ufa
mtalii	dirisha	vitanda	mzizi	simba	
wasemaji	darasa	chura		kondoo	
wazee	matunda	kijito		mbuzi	
	somo	vitoto			
	majia	vijembe			
	mabuzi				
	rafiki				
	embe				
	buzi				
	madege				
	majitu				
	marafiki				
	mababu				

pahali
mahali

C.

1.	vizuri, vibaya	2.		vigumu
3.	vikali	4.		polepole
5.	upesi	6.		taratibu
7.	haraka.			

Somo la Nne

A.

1. vyo	2. o	3. kapo	4. zo
5. o	6. o	7. kazo	8. yo
9. yo	10. o		

B.
1. Vyombo ambavyo alinunua havifai kutumiwa katika nchi za joto.
2. Uhuru ambao anazungumzia ni uhuru wa bendera.
3. Mahali ambapo tutafanyia sherehe ni hapa.
4. Mila na desturi ambazo mlitaja ni za nchi gani?
5. Panya ambao wanawasumbua wakulima huanza kutokea baada ya masika.
6. Aliwaleta wageni ambao walifika jana.
7. Tuletee motokaa ambazo zitaweza kupanda milima hii bila matatizo.
8. Wanakunywa maziwa ambayo yalioza.
9. Milima hii ni ile ambayo tulisikia kwamba ina madini za kila aina.
10. Walitumia wanyama ambao waliletwa kutoka bara kwa shughuli za utafiti katika maabara yao.

C.
1. Vyombo ambavyo hakununua havifai kutumiwa katika nchi za joto.
2. Uhuru asiozungumzia ni uhuru wa bendera.
3. Mahali ambapo hatutafanyia sherehe ni hapa.
3b. Mahali tusipofanyia sherehe ni hapa.
4. Mila na desturi ambazo hamkutaja ni za nchi gani?
5. Panya wasiowasumbua wakulima huanza kutokea baada ya masika.
6. Aliwaleta wageni ambao hawakufika jana.
7. Tuletee motokaa ambazo hazitaweza kupanda milima hii bila matatizo.
7b. Tuletee motokaa zisizoweza kupanda milima hii bila matatizo.
8. Wanakunywa maziwa ambayo hayakuoza.
9. Milima hii ni ile ambayo hatukusikia kwamba ina madini za kila aina.

10. Walitumia wanyama ambao hawakuletwa kutoka bara kwa shughuli za utafiti katika maabara yao.

Somo la Tano

A.

1. Mwanamke alikwenda dukani kutununulia mahitaji yetu.
2. Huyu ni ng'ombe wa nani?
3. Maneno niliyokuambia ni ya kweli kabisa.
4. Ng'ombe wetu amepotea.
5. Mimi nilimwambia alale vizuri.
6. Vifo vimezidi katika mji wetu/miji yetu.
7. Mti huu hauwezi kuanguka.
8. Nilikwenda Nairobi kwa sababu ya kuwaona wazazi.
9. Wachezaji wa mpira wa miguu wako hapa.
10. Wavuvi walipumzika karibu na bahari.

B.

1. Chai ya asubuhi watapikiwa watoto.
   au
1b. Chai ya asubuhi itapikiwa watoto.
2. Mwalimu aliendewa nao ofisini.
3. Habari zote zitasemwa naye.
4. Chupa tatu za bia zitanywiwa nawe
5. Kiingereza huzungumzwa na watu wa sehemu nyingi za dunia.
6. Pesa zote zitachukuliwa naye atakapofika.
7. Atafungwa (naye) kamba miguuni.
8. Mtoto mzuri alizaliwa na mama hospitalini.
9. Kesi iliamuliwa na jaji bila shida.
10. Motokaa yake ilitengenezwa nao lakini bado ni mbovu.

Somo la Sita

A.

1.	afaaye	2.	zifaazo	3.	zifaazo	4.	zifaazo
5.	yafaayo	6.	zifaazo	7.	ufaao	8.	kifaacho
9.	ifaayo	10.	afaaye				

Somo la Saba

A.

1. kusikia
2. kubuni
3. kueleza
4. kuondoka
5. kukutana/kuonana
6. kutazama
7. kutembelea
8. kucheza
9. kuuliza
10. kuanza, kupiga

B.

1. Mwaka elfu moja mia saba na thelathini na mbili.
2. Mwaka elfu moja mia nne na themanini na tano.
3. Mwaka elfu moja mia sita na hamsini na tatu.
4. Mwaka elfu moja mia tisa na ishirini na tatu.
5. Mwaka elfu moja na tisini na saba.
6. Mwaka mia tano na themanini na sita.
7. Mwaka elfu moja mia nane na sabini.
8. Mwaka elfu moja mia mbili na kumi na tano.
9. Mwaka elfu mbili na arobaini na tisa.
10. Mwaka elfu moja mia tisa na sitini na nane.

Somo la Nane

A.

1. ambayo, nazo
2. wa, ni
3. ni, sana
4. wa, ndiye
5. ndipo, po

B.

1. yupi
2. lipi
3. upi
4. vipi
5. wepi
6. ipi
7. zipi
8. upi
9. kupi
10. papi

C.

1. bubu
2. panzi
3. mwuzaji
4. kurani
5. wachezaji
6. rais/waziri mkuu
7. rubani
8. nahodha
9. dereva
10. zawadi
11. kiangazi
12. masika
13. mpishi
14. dobi
15. nzi

Somo la Tisa

A.

1. uvue
2. haufuki
3. hakuvaa
4. kurithi
5. penye
6. tafadhali
7. asikilize
8. shaka
9. inchi
10. pakua

B.

1. akala
2. wakapora
3. akaeleza
4. ukamwone
5. akaenda

C.

1. Kwanza mwanamke alishangaa kusikia hivyo, kisha/halafu akaanza kumwuliza mvulana maswali.
2. Alihudhuria mkutano kisha/halafu akaondoka kwenda kwao.
3. Mbwa aliendelea kumtafuta mnyama mara/ghafla akamsikia simba akinguruma.
4. Wazazi walifika, ndipo sherehe zikaanza. Ziliendelea kwa muda ndipo akaingia mtu kwa mlango wa nyuma. Akatangaza kwamba arusi hiyo haiwezi kufungwa.
5. Kila mtu alishangazwa na tangazo hili, na waliendelea kumtazama huyu mwanamume mpaka baba yake bibi arusi alipomwendea na kumwuliza, "Unataka nini kwa familia yangu?" Ndipo akajibu, "Kila mtu ajua wazi kuwa huyu ni mke wangu wa halali."

Somo la Kumi

A.

1. Huyu si mtoto wake lakini wanakaa naye.
2. Mama yake si mzee sana lakini wanamsaidia kidogo.
3. Hakununua viatu vyeusi na kumpa dada yake kwa sababu vinamtosha
4. Kutoimba kwake si furaha kwetu.
5. Karatasi hizi hazijatoka katika kitabu kile pale.
6. Kama hataki kujenga nyumba, mawe haya yanatosha sana
7. Usimpelekee vyombo hivi jikoni.
8. Gazeti la shule hii halina habari nyingi na muhimu.
9. Kutotembea kwake usiku, si tabia yake ya siku nyingi.
10. Kiti kipi hakikuvunjwa na mtoto huyu?
11. Hatukutegemea hatarudi jana lakini amerudi sasa.
12. Kutojua kusoma si jambo la busara katika ulimwengu wa sasa.

13. Si adabu mbaya kusema wakati una chakula mdomoni.
14. Usimpigie mama yako simu leo usiku.
15. Si lazima kujifunza mambo haya muhimu ya maisha.

B.

enda	zungumza	hukumu
amba	fikira/fikara	enda
kijakazi/mjakazi	penda	teka
taka	tunuka.	

Majibu ya zoezi la msamiati ukurasa 54.

1.	mtoto wa kwanza	2.	mtoto wa mwisho	
3.	mgonjwa	4.	mnyonge	
5.	uchungu	6.	afadhali	
7.	mapumziko	8.	fariki	
9.	jihadhari	10.	jaribu	
11.	lazwa hospitali	12.	kabisa	
13.	msalani	14.	utafiti	

Somo la Kumi na Moja

A.

1. ji, a   2. ku, ni   3. ki, cho
4. u, ya   5. pa, ku

B.

1. If this food was cooked, all of it would be eaten.
2. If this tree was cut early, it would be suitable for firewood in the winter.
3. If you want to visit him, call him or write him a letter.
4. If you see him, tell him I am looking for him.
5. If you want to be a smart lawyer, you must learn to defend your clients rights.
6. Indeed you did not look for the village manager. Had you looked for him, you would have found him with the villagers on the farm working the land.
7. Should you need any help, don't hesitate to come to me.
8. If you have enough money, there is no reason why you should not go to Africa.
9. If you had him, what would you have told him?

10. If you want to climb mount Kilimanjaro, what equipment would you need?

Somo la Kumi na Mbili

A.

1. Mama alimlisha mtoto chakula.
2. Aliikalisha chupa mezani.
3. Atawafungisha mizigo yote ili waende nayo.
4. Bibi alimlaza mtoto kitandani.
5. Nitawaendesha katika motokaa yangu.
6. Baada ya kifo cha baba yake, marafiki walijaribu kuwasahaulisha tukio hilo.
7. Kila siku huniimbisha nyimbo za kuchekesha.
8. Nilipotaka kupita alinipitisha chini handakini.
9. Alipomwangusha mtoto alivunjika mkono na mguu.
10. Nguo zake zilipolowa alijaribu kuzikausha kwa moto.
11. Atawalipisha madeni yote kwa lazima.
12. Tunataka kubahatisha tikiti za mchezo huu.
13. Tulianza kutayarisha vyakula vya karamu.

B.

chagua	amini	sumbua	badala	huzuni
tangaza	piga	tambua	shuhuda	sikia
kaa	shughuli	kubali	simama	teka.

Somo la Kumi na Tatu

A.

1. Usisimame pale.
2. Mtoto nisiyemtafuta hakupotea jana.
3. Usiende dukani ukanunue maziwa ya chai na sukari.
4. Usimwambie dada yako mgeni wako aitwaje.
5. Msiwaulize wazazi kama watakuja kwa ndege au kwa miguu.
6. Mtu asiyekujua hawezi kukuharibia maisha yako.
7. Msituletee chai na mikate tafadhali.

B.

1. Mlango umefunguka wenyewe.

2. Kitabu hiki kinasomeka? Mbona maandishi yake ni madogo sana.
3. Afadhali watoto hawa wanafundishika.
4. Mambo kama haya ni rahisi sana kusahaulika.
5. Yeye amebahatika kuingia Chuo Kikuu cha Stanford.
6. Anapenda kushughulika sana. Kila mara yu safarini.
7. Ametajirika kwa urithi wa baba yake.
8. Maua haya yapendezeka machoni.
9. Visiki hivi vyangoleka kwa urahisi sana.
10. Sauti ilisikika kwa mbali kama mtoto aliaye kwa huzuni.

C.

1. The door opened itself.
2. Is this book readable? How come its print is so small?
3. It is good that these children are teachable.
4. Things like these are easily forgettable.
5. He was lucky to enter the University of Dar es Salaam.
6. He likes to make himself busy. He is on safari/travels all the time.
7. He became rich by his fathers will/inheritance.
8. These flowers are attractive./These flowers attract the eye.
9. These tree stumps are uprootable/ are easy to uproot.
10. A voice like that of a child crying in pain could be heard from a distance.

Somo la Kumi na Nne

A.

1. b	2. c	3. b	4. a	5. b
6. c	7. c	8. a	9. a	10. c

B.

1.	mtungi	2.	kunawa	3.	vyake
4.	vifijo	5.	kifani	6.	mkorofi
7.	mfukoni	8.	kaka yangu		
9.	alifunga macho	10.	akichechemea		

C.

1. Kesho nitalala saa sita.
2. Nitamwambia aje kuniona.
3. Suzana atakuwa mwanafunzi wa Chuo Kikuu cha Stanford.
4. Viti atakavyovinunua vitakuwa vizuri lakini vitakuwa ghali sana.
5. Sitanunua mananasi yo yote mwaka kesho.

6. Mwanafunzi huyo atakwenda kwao.
7. Watakapofika karibu na bandari wataona nyumba za wenyeji.
8. Nchi zitakazopata uhuru sasa zitakuwa na shida kubwa za kiuchumi.
9. Kutakuwa na mashindano ya mpira leo jioni.
10. Atakayefika atakuwa mwanae, hatakuwa yeye mzee.

Somo la Kumi na Tano

A.

1. ingawa
2. ila
3. kama
4. iwapo
5. na
6. wala
7. kwamba
8. pia
9. halafu
10. tena
11. bali
12. lakini
13. kwa hivyo, kabla ya
14. kwa sababu
15. licha ya hayo

Somo la Kumi na Sita

A.

1. Twavijua tuvipendavyo wenyewe.
2. Wameibiwa majembe yao leo.
3. Hawa ndio watoto waliopendwa zaidi kuliko sisi.
4. Meli zilitia nanga katika bahari ya Hindi.
5. Hamwajui watu hawa hata kidogo.
6. Kama mnavijua vitu hivi, mbona hamsemi hivyo.
7. Wazee wao waliwatumainia wao siku zote lakini hawakuwasaidia.
8. Viziwi huwatazama wasemaji usoni ili waisome midomo yao wasemapo.
9. Twasema nao kila siku kabla ya kwenda kazini.
10. Wajua tusemayo lakini wajifanya hawasikii.

B.

1. nilishuhudia
2. nimsindikize
3. alirejea
4. ikipepea
5. kufumba na kufumbua
6. kunong'ona
7. alipogunduliwa
8. ustahimilivu
9. wakiranda randa
10. akamnasihi, kumbembeleza

Somo la Kumi na Saba

A.

1. Dada alipigwa na Susana mgongoni kwa fimbo.
2. Rajabu amepelekwa na Rajabu hospitali.
3. Yeye alipotikiswa nami, alianza kulia.
4. Ng'ombe aliuwawa na Babu kwa urahisi sana.
5. Maskini alidhulumiwa mali yake yote na tajiri.
6. Pesa zote zilitupwa naye alipoona anakaribiwa na wanyang'anyi.
7. Mama yake alipewa mizigo iliyoletwa naye.
8. Wanawake wale waliambiwa nami waende nyumbani.
9. Mzigo mzito ulinyanyuliwa na Uledi.
10. Makuli walishikwa na nyamaume.

B.

Pengine wengi wetu hawajui kuwa mahali ilipo shule kubwa ya Mombasa hivi leo, karibu na **daraja** linalokiunga kisiwa hicho na bara la Afrika **ndipo** kiini cha mji wa **kale** wa Mombasa. Ilipojengwa shule hii **yenyewe** mwaka 1919, **magofu** yalivunjwa na mifupa mingi ya wanadamu **ilifukuliwa**.

Leo limebaki **kaburi** la Shehe Mvita na makaburi mengine ya zamani, na magofu ya misikiti na majumba mengine. Kila mwaka **wenyeji** wa asili wa Mvita huja kulizuru kaburi la Shehe Mvita na hapo hufanya **sherehe** zao za "Siku ya Mwaka" kwa hesabu ya **Waswahili**. Hapo huchinja ng'ombe na kucheza ngoma inayoitwa **gungu**. **Maganjo** yenyewe **hayajachunguliwa** sana ijapokuwa **yanalindwa** katika sheria. **Serikali** ya Kenya inajaribu sana kuhifadhi mambo kama haya.

Somo la Kumi na Nane

A.

1. Juma alisema, "Ninaenda nyumbani".
2. Yohana alisema, "Nilichapwa fimbo kumi".
3. Aliniuliza, "Una taabu gani".
4. Wazee wake walisema, "Tunapenda kusafiri."
5. Alisema, "Mwanangu aliugua homa ya malaria".
6. "Tafadhali weka pesa zako zote benki ili kujiepusha na wizi".
7. Alisema, "Watoto wajanja wanazaliwa wajanja".
8. Alituambia, "Fanyeni zoezi la nyumbani".

9. Jemadari aliwaambia askari wake, "Endeleeni mpaka muwakabili maadui".
10. Aliniuliza, "Ungefanyaje kama ungekuwa nduguye?"

B.

1.	nusu	2.	robo	3.	robo tatu
4.	mbili ya tano	5.	theluthi mbili	6.	thumni tatu
7.	sudusu tano	8.	theluthi moja	9.	sudusu moja
10.	sudusu mbili				

Somo la Kumi na Tisa

A.

1. Mama alimwambia aende mtoni mara tano.
2. Baba amempa fedha za kumtosha kwa safari yake.
3. Shangazi aliwauliza habari za nyumbani.
4. Askari atakupeleka mahakamani kama utakamatwa.
5. Adui wamewajeruhi vibaya Askari wote.
6. Polisi alimkamata akitangatanga mjini bila kazi.

B.

1. Ingawa nilifika mapema sikumkuta.
2. Kwa sababu alikimbia sana alipata zawadi.
3. Alifanya hivi ili kuonyesha desturi za kabila.
4. Mtoto ambaye aliumwa na nyoka yuko hospitalini.
5. Waliondoka wakaenda mahali pengine.
6. Watoto wamerudi darasani.
7. Kama asingeiba asingefungwa jela.
8. Sikumkuta baba wala mama.
9. Chumba hiki ni kizuri.
10. Aliweka maziwa kabatini.

Somo la Ishirini

A.

   Mwalimu Mkuu alitoka nje na kusema, "Niletee vitabu vyangu, tafadhali." Mwanafunzi aliingia ofisini kwa mwalimu na kumletea vitabu hivyo mara. Ghafula, wakaona motokaa ya Mkuu wa elimu inaingia. Mwalimu Mkuu aliondoka mara kumpokea Mkuu wa elimu. Wanafunzi walisimama kwa adabu na kumwamkia Mkuu wa elimu. Yeye alisema, "Nina habari njema kwenu. Shule yenu imechaguliwa kushiriki katika mashindano ya kitaifa ya elimu ya kujitegemea. Serikali itatoa shillingi elfu tano kama msaada kwenu ili muweze kushiriki kikamilifu." Wanafunzi na mwalimu - walifurahi sana na walimshukuru Mkuu wa elimu. Baada ya kuondoka, mwalimu pamoja na wanafunzi walianza mazungumzo juu ya matayarisho ya mashindano haya.

B.

1. Unaweza kuugua kama uta**meza** chakula bila kukitafuna.
2. Ninataka kukaa juani kwa sababu nina**ona** baridi sana.
3. Alipofika hapa hakum**wona** (hakumjua, hakumkuta) mtu ye yote.
4. Vitabu vyangu viko juu ya **meza.**
5. Kumwibia mtu mali yake ni **jambo** linalostahili adhabu kubwa.
6. Aliweka nguo zake juu ya **ua** ulioizunguka nyumba yake.
7. Tulipokutana naye alisema ham**jambo**?
8. Hapa Marikani, **jua** ni kali sana mwezi Julai na Agosti.
9. **Ua** hili linaitwa waridi.
10. Alisema kwamba ana**jua** mahali anapokaa.
11. Simba ali**waua** twiga wawili.

JEDWALI

Class	Subject Prefix	Object Prefix	'a' of Association	Relative Pronoun
1. mtu	a-/yu	-m-/-mw-	wa	ye
2. watu	wa-/w-	-wa-	wa	o
3. mti	u-/w-	-u-	wa	o
4. miti	i-/y-	-i-	ya	yo
5. tunda	li-/l-	-li-	la	lo
6. matunda	ya-/y-	-ya-	ya	yo
7. kiti	ki-/ch-	-ki-	cha	cho
8. viti	vi-/vy-	-vi-	vya	vyo
9. nyumba	i-/y-	-i-	ya	yo
10. nyumba	zi-/z-	-zi-	za	zo
11. ukuta	u-/w-	-u-	wa	o
10. kuta	zi-/z-	-zi-	za	zo
14. ukuu	u-/w-	-u-	wa	o
15. kusoma	ku-/kw-	-ku-	kwa	ko
16. mahali	pa-/p-	-pa-	pa	po
17. mahali	ku-/kw-	-ku-	kwa	ko
18. mahali	m(u)-/mw-	-m(u)-	mwa	mo

Msamiati

A

abiria passenger(s).
-acha stop an on-going action, abandon, leave, cease.
adui enemy.
aibu shame.
-amia protect a plantation or garden from birds and animals by keeping watch and making noises to scare them away (e.g. scare crow).
-amini trust, believe, have confidence.
-amua decide, make up ones mind.
-amulia decide for.
-andaa prepare, set something, get ready.
-angusha cause to fall, drop.
arusi wedding.
asili origin, tradition, ancestry, source.
askari soldier, someone in an army service.
awali initial, first, foremost.
aya verse, paragraph.

B

baadhi some, among, an assortment.
-badili change, exchange.
bahashishi gratuity, gift, tip (cf same as bakhishishi).
-bahatisha take a chance, try ones luck, cause to be lucky.
barabara broad road, highway
bàrá-b'ará exactly, quite right, just as it should be.
barafu ice.
-beba carry .
bendera flag.
beti verse.
beseni basin.
binafsi personal, personally.
-biringishana cause each other to roll or fall over.
bomba pipe.

budi   of necessity, no escape, no way out.
-bidi   compel, necessitate, oblige.
bigili   arena.
bunduki   gun.
bunge   house of parliament.
-buni   guess.
-burudika   be refreshed, comforted, be cooled.
-bwaga   throw off/down, tip a load off one's shoulder.
bwawa   dam.
-bweka   make noise similar to that made by a dog.

C

-chache   few.
-chagua   select, choose.
chama   union, an organisation, a party with a political stand.
-chanja   make an incision, cut into, vaccinate.
chano   a flat round wooden platter with a low rim used for serving food
-chechemea   limp.
cherehani   sewing machine.
-chinja   slaughter, cut the throat of, kill animals for food.
-choma   pierce, insert a sharp object into the body.
chombo   vessel, container (can also mean instrument, implement.).
-chonga   curve, make from wood or metal by curving or forging.
choo   privy, cesspit, movement of the bowels.
-chota   take up water a little at a time.
chuki   anger, bitterness, rage.
-chuma   pick, pluck, reap, harvest, acquire wealth.
-chumbia   courting.
-chupa   jump down from above, move quickly especially in water.
chura   frog.

D

dalili   sign.
-dharau   ignore, despise, scorn, slight, treat with contempt, insult.
dago   a camping site.
desturi   custom, usage, regular practice, routine.
dhahiri   clear, exact, undoubtedly.
-dhani   think, suspect, guess.
-dhihaki   ridicule, mock, deride, make fun of.
-dhihirika   become clear,/obvious.
-dhulumu   treat unjustly, defraud, oppress.
dirisha   window.

dola government, authorities, for the common government.
-donoa to pick on something, take in small quantities.
duku duku perplexity, disquiet, bitterness.
-dumisha cause to last, uphold, make permanent.
-dumu last, survive hard conditions.

E

-enea spread, cover a large area.
-eneza spread, cause to be widely known.
-elekea go/move/ towards, face forward.
-endelea continue, proceed.
-epuka avoid.

F

-fafanua explain, describe, clarify.
fagia sweep.
fahali bull.
fahari fame, honor, prestige.
-faidia profit (cf. faida).
-faidika profit from, be advantageous (*cf. faida* = profit).
fani worthy, fitting, prosperous.
-fanikiwa be successful.
farakano estrangement, separation, unpleasant departure.
farasi horse.
-fariki die (esp. of natural cause).
fasihi correct, pure, elegant literature: as in English or Swahili literature.
-ficha hide, take cover.
-fichua uncover, expose, put out in the open.
fikara thoughts, opinion.
filimbi whistle.
foliti a children's game in which they chase each other around.
-fua wash clothes with water and soap, also forge metal.
-fuka give out smoke.
-fukia cover with soil.
-fukiza burn incense, cause to give smoke.
-fukua uncover, unearth, digout.
-fumba shut/close by bringing things or parts together.
-fumbua open (i.e the opposite of *fumba*).
  (kufumba na kufumbua - at once, suddenly.)
fursa chance, opportunity.
-futa wipe.

fuzu   succeed, win (as in competition or examination).
-fyetua   snap, fire (for example: bullets).

G

ghafla   suddenly, abruptly, without warning (also used as ghafula).
ghali   expensive.
gharama   cost, expense, price.
-gharimu   cf. gharama, (to) cost .
ghasia   confusion, bustle, disturbance.
geni   foreign, new.
-geuza   change, alter.
gogo   log of tree.
-gomba   quarrel with, wrangle, gainsay, squabble.
-gonga   knock, hit hard, hammer at.
goti   knee.
-gongana   collide, bang on each other, hit on each other.
gongo   a thick stick used as a clab.
goti   knee.
gumba   big toe/finger.
-gundua   discover, find out accidentally (*cf. vumbua*).
gungu   a mode of dancing.

H

haidhuru   never mind, no harm, harmless.
haja   need, urge, requirement, necessity.
haki   fairness, right, justice, lawfulness.
hakikisha   find out the truth, confirm on the truth.
-hamaki   be seized with a sudden temper, become suddenly vexed.
hamia   migrate, move to a new location.
handaki   an underground tunnel.
-hangaika   be troubled, be in turmoil, confused, anxious.
hati   certificate.
-hara   have diarrhoea.
harufu   a smell, odour, scent.
hatua   steps, measures.
hayamkini   impossible.
yamkini   possible.
heshima   honour, respect.
hiari   free will.
-hifadhi   reserve, protect, put in sanctuary.
-himiza   hasten, urge, speed up.
hirimu   age period of life (between 10-25), contemporary.

hirizi   a small leather case containing a sentence from the Koran used as medicine to wear on the person, a charm, amulet .
hodari   smart, brave.
hofu   **fear**.
-hudhuria   attend, be present at a gathering.
huduma   services.
-hukumiwa   be convicted.
huria   free, independent (*cf. huru*).
-husiana   be acquinted, relate.
-husika   be involved.
husu   concern.
huzuni   sadness, unhappiness, bad feeling.

I

idadi   amount, measure of countable items.
-iga   imitate, copy, mimic, caricature.
idadi   amount, a measure which involve numbers.
ijapo   even if, supposing that, although.
imani   faith.
imara   strong, stable, firm.
-imarisha   strengthen, make firm, stabilize.
inchi   inch.
-ingilia   go in for, enter, intrude, pry.
ingiza   make enter, insert.
inspekta   inspector.
-inua   lift, uplift.
ishara   sign, a mark, an indication.
-itana   call each other.

J

jadi   pedigree, genealogy, ancestry, descent.
-jadili(ana)   discuss (with each other).
jamvi   floor mat.
-jaribu   try.
-jenga   build, construct.
-jeruhi   injure.
jeshi   army, military.
-jifanya   pretend, malinger.
jirani   neighbour.
-jitahidi   make effort, try very hard.
-jitokeza   emerge, be outstanding.
-jitolea   volunteer oneself.

-jihadhari take precaution, make safe.
-jeruhi injure.
jaji a judge.
juhudi effort.
jukumu responsibility.

K

-kabili confront, deal with something.
kadhaa various, several.
kahawa coffee.
-kaidi contradict, be obstinate, be head-strong.
kali severe, sharp, fierce, severe, hard, bitter.
-kamua squeeze out, wring, compress.
kamwe not/ at all, once, in the least, ever; by no means.
kanuni conditions, rules, fundamentals.
kanya rebuke, forbid.
karani clerk.
karibia get close, approach.
karne century.
kasi fast, high speed.
-kataa refuse, deny.
katiba ordinance, custom, natural constitution.
-kauka dry up.
kavu dry.
-kawia delay in returning, overstay.
kelele loud noise.
kesi lawsuit, case (criminal or civil).
khanga a piece of cloth which is generally worn by women over the head or wrap around the chest or waist. It is sometimes worn by men around the waist in hot weather.
kiangazi summer, hottest season of the year.
kidevu chin.
(ki)donda an ulcer, a wound.
(ki)enyeji local native, locally.
kifani unique, equalled, similar to.
kifo death(cf. kufa).
kifundo knot, ankle.
kifungua mimba first born.
kikamilifu completely, precisely, accurately, completely.
kimoyomoyo by heart; whisper to oneself.
kina rhyme, final syllable.
-kinga protect, shield, defend, screen against.

kiko   smoking pipe (*vuta kiko* - smoke a pipe).
kipato   earnings, income, salary.
-kiri   admit, agree.
kisigino   heel.
kisiki   log, a tree stump.
kisiwa   an island.
kitinda mimba   last born.
kitovu   navel.
kituo   stop, pause, a note of punctuation.
kiuno   waist.
kivi   elbow.
kivuli   shade, shadow.
(ki)wanja   field, piece of unused land.
kopa   borrow.
-komboa   liberate, rescue, redeem, free, make compensation for.
-kodisha   rent, lease.
-kokota   drag, pull along, haul, draw (a cart).
-konda   grow thin, become lean, be emaciated.
-koza   be well seasoned, have the right amount of color/seasonings.
-kubali   agree, accept, acknowledge.
kuchwa   past sun set, dusk (*cf. kucha* to dawn).
kulazwa   to be admitted in hospital (also *kuandikiwa kitanda*).
-kumbuka   remember, recall.
Kurani   Koran.
-kusudia   intend to, plan to, aim at doing.
kutenda   to do, (in grammatical terms "active").
kutendewa   to be done to (in grammatical terms "passive").
kutupa tufe   throwing disk.
kutupa mkuki   throwing spear(javelin).
-kuza   make grow, cause to get bigger.
-kwepa   avoid, duck (to avoid a blow or being hurt by something).
kwikwi   hiccup, convulsive sobbing.

L

lazimu   compel, necessitate, oblige.
lea   bring up a child, rear, nurture.
leso   scarf worn on the head or around the shoulders.
licha   not only....but..
-linganisha   compare.
-lenga   aim at an object (For example: with a rifle, spear).
lengo   target, intended outcome, aim.
likizo   holiday, vacation, resting period, leave of absence.

-lingana   be equal, equalize, be the same, alike.
-liwaza   comfort, soothe, quieten.
-lowa   get wet.

M

(ma)afisa   officers, officials.
maarufu   famous, important, well known.
(ma)azimio   intention, scheme, program of work.
(ma)badiliko   change(s).
(ma)behewa   compartment or carriage of a train.
mada   notion, topic of a discussion or a debate.
(ma)daraka   power, government.
madhali   while, since, when, if, seeing that, because.
(ma)dhumuni   intention.
(ma)dungu   stage or platform raised from the ground.
maendeleo   progress, development, advancement.
(ma)fusho   something to be burnt as a charm, or medicine.
(ma)ganjo   deserted village or town, ruins.
(ma)gofu   ruins, emanciated, broken down.
(ma)gome   bark of a tree, animal shell.
mahakama   court house.
(ma)haragwe   kind of bean.
(ma)haramia   pirates.
mahindi   corn, maize.
majivuno/-jivuna   pride/be proud, bragging, boasting.
(ma)zao   produce, crop.
mahututi   critical condition in an illness.
(ma)ingilio   intrusions, interventions.
maiti   corpse, dead body.
(ma)jadiliano   discussion, debate.
(ma)kao   place of abode, quarters, headquarters, home.
(ma)kombe   vessels, big mugs.
(ma)lezi   nurturing, rearing, bringing up a child.
(ma)lipo   payment, salary.
(ma)jemadari   army general.
makini   strength of character, dignity, serenity, intelligent.
maleleji   season of uncertain and changing winds between the monsoon and during the rains.
mali   wealth, possessions.
(ma)nanasi   pineapple(s).
mandhari   environment, landscape, physical features of the land.
(ma)onyo   warning, advice.

(ma)patano   agreement, reconciliation, terms.
(ma)pigano   (*cf. pigana*) fight, battle.
(ma)pinduzi   revolution.
(ma)piramidi   pyramid.
(ma)pumziko   rest, resting period.
maradhi   sickness, illness, disease.
maridhawa   in abundance, plenty, sufficient.
masafa   a measure of distance, wavelength.
(ma)sharti   condition, obligation, binding contract, terms.
(ma)shimo   pit, hole.
mashua   sail boat.
mashuhuri   famous, outstanding.
masika   a season of heavy/great rains.
(ma)sikizano   agreement after a discussion.
(ma)tango   cucumber.
matata   troubles, confusions, problems, chaos, mess, perplexity.
(ma)tatizo   problems, hardships, inconveniences.
(ma)tayarisho   preparations.
(ma)tembezi   a walk, a stroll, a visit.
(ma)tibabu   cure.
(ma)vazi   dress, garment.
(ma)vi   dung, excrement.
mawasiliano   communication.
(ma)wimbi   wave, tide.
(ma)yowe   wailing.
mbavu   ribs.
mbio za kupokezana   relay race.
mbio za masafa marefu   marathon.
mbio za riadha   sprint.
mbizi (piga mbizi)   dive.
mbono   type of plant used to mark hedges. Looks like castor oil plant.
mbuga   steppe.
mchanga   sand (*(m)changa* = young, prime. e.g *mtoto mchanga*).
(m)changanyiko   mixture
(m)chumba   fiancé.
medali   medal.
meta   meter.
meya   mayor.
(m)fanano   likeness, resemblance (*cf. fanana* = look alike).
(m)fu   the dead, corpse.
(m)fumo   the way things are, connectedness of things, process.

(m)gawanyiko   division, separation (*cf. gawanya* = devide).
(m)gongo   back, backbone.
miaka nenda miaka rudi   said of an action done for a period of time
(mi)koba   handbag(s).
(mi)kiki   type of fish considered poisonous for eating.
mila   custom, habit, propensity traditions, culture.
-miminika   pour out, overflow (fig. used of a crowd of people.).
(mi)nyororo   chain, fetters.
(mi)ongoni   among, amongst.
(mi)pango   arrangement, plan, organization.
(mi)shale   arrows.
(mi)shipi   belt, fishing rod.
misionari   missionary.
(mi)zani   meter, weighing scale.
(mi)zia   type of shell-fish.
(mi)zizi   root(s).
(m)janja   clever, cunning.
(m)jinga   fool, idiot, unwitty, stupid.
(m)keka   mat.
(m)koa   region, state, province.
(m)kondo   current, flow, rush, passage.
(m)konge   sisal.
(m)kongwe   very old (of a person).
(m)korofi   evil minded, tyrannical, destructive, malignant, brutal.
(m)kurugenzi   director.
mnamo   at about.
(m)nyambuliko   conjugation.
(m)nyanganyi   robber.
(m)nyonge   a weak person.
(m)nyonyaji   sucker, one who lives off others.
(m)paka   border, division, frontier.
(m)pango   plan, arrangement, organization.
(m)pira wa kikapu   netball, basketball.
(m)tekelezaji   one who implements, one who carries out duties.
(m)pishi   a cook.
(m)radi   a project, plan, resolve, intention.
(m)sajili   registrar.
(m)salani   bathroom, lavatory.
(m)seja   bachelor, an unmarried man.
(m)shangao   amazement, bewilderment (cf. -shangaa)
(m)shindi   winner.
(m)sikiti   mosque.

(m)singi   foundation, primary.
(m)situ   forest.
(m)taalamu   expert, educated, scholarly, well-informed.
(m)tama   millet.
(m)taratibu   careful, orderly, (also quiet, methodical.).
(m)tindo   style, mannerism, way of doing something.
(m)toro   escapee.
(m)tungi   an earthen pitcher, water jar made of baked earthenware.
-mudu   have self control, stretch,/ extend oneself.
-mulika   throw a beam of light on an object, gleam.
(m)uundo   structure.
(m)vuto   a pulling force.
(m)zigo   load.
(m)wanga   light.
(mw)ema   good, pleasant, harmless, pious.
(m)zigo   load, luggage.
-mwaika/mwagika   spill, pour out, empty out.
mwakani   in the following year.

N

nanga   anchor (*tia nanga* = to anchor).
nadharia   theory.
nafuu   improve, make progress, convalescence.
naibu   deputy, one who can take up duties of his superior.
nasaha/-nasihi/-sihi   a request or etition.
-nasihi   give good advice, to counsel wisely.
-nawa   wash oneself lightly.
-nawiri   look healthy, nourished, attractive.
ndama   calf.
ndevu   beard.
ndondi   boxing.
-ngara   shine, light up.
ng'oa   root up, pull up, dig out.
nia   intention.
nidhamu   behaviour, manners, etiquette.
ngano   wheat.
ngedere   small black monkey.
-kamata   catch, take hold of.
ngoweo   strong piece of rope.
nguzo   pilar, post.
-nong'ona   whisper.
-nung'unika   grumble, complain, show discontent.

-nyamaa/nyamaza   be quiet, be silent.
-nyambua   pull in pieces, conjugate.
-nyanyua   lift up.
-nyonga   strangle, hang (as in kill by hanging).
nyoyo   hearts (pl. of *moyo*).
nyungu   big cooking pot.
nzi   house fly.
nzige   locust.

O

-oanisha   cause to be in harmony, cause to be in line with, marry of.
-oga   take a bath, shower.
-ongoza   lead.
-ongozana   accompanying, be in a group of.
-ongeza   increase, make more, add.
-onya   make one see his mistakes, warn, admonish, reprove.
orodha   a list.
-oza   rot, go bad, putrefy.

P

-pa moyo   encourage.
paja   thigh.
-pakia   load onto (*cf. pakua* - unload).
-palilia   weed, cleaning ground under cultivation.
pamba   cotton.
-pambana   confront, deal with severely.
pango   cave.
-panua   open wide, widen, increase the size.
panda   forehead.
-panda   plant, grow, (also climb, go up, ascend).
-pasa   require, oblige.
pasi   iron (piga pasi = iron clothes)
-pepea   fly, wave about in the air, blow up with wind.
-pona   survive, escape without injury, recover from illness/hardship.
-pora   take by force, steal, plunder, rob.
pori   steppe, uninhabited wild land.
-punguza   reduce, make less.
-pokea   receive.
-pokezana   act of giving and receiving from one another.
-pima   take measurement, examine, think.
-pinduka   turn over, overturn.
pungo   the ceremony of exorcism.

-punja   give short measure, cheat, swindle.

R
ramli   soothsaying from figures in sand, fortune telling.
-randa   move from one place to another aimlessly.
Ras/rasi   cape, head, chief.
rasmi   official, officially.
-rejea   arrive, come back, return.
-rejesha   cause to return, bring back to normal.
-ridhika   be satisfied, contented.
-ridhisha   satisfy.
ripoti   report.
risasi   bullets.

S
-sadifu   turn out to be good/well/proper/right/exact.
-sadiki   believe, have confidence.
sahihi   correct.
-salimisha   cause to be safe, make safe, save.
sanifu /-sanifisha   do work with skill, invent, compose.
-sanya   collect.
shabaha   target, aim, intention, ambition.
shahada   degree, a certificate of academic achievement.
-shambulia   attack.
-shangaza   astound, astonish, amaze, dumbfound.
-shangilia   cheer, make rejoicings, applaud.
shauri   matter, plan, advice, consideration.
-shauri   give counsul, advise, decide.
sherehe   celebration, feast.
sheria   law, regulation, code of conduct.
shetani   devil, evil spirit.
shoka   axe.
shime   used as an appeal for collective effort.
-shona   sew.
shughuli   business, engagement, occupation.
-shuhudia   witness.
-sikitika   be sad.
silabi   syllable.
-simulia   narrate, tell in a story.
sindano   needle.
-sindikiza   escort, accompany.
siri   secret.

-sisimka   be excited, make the blood race.
-sisitiza   insist, enforce.
smaku/sumaku   magnet.
staha   respect, honour, reverence.
-stahafu   retire from work.
starehe   relaxation, pleasure, enjoyment.
-staajabu   wonder, be astonished, feel surprise.
soka   soccer, (American football=*mpira wa kubiringishana*).
suala/swala/swali   question, inquiry, something for consideration.
subira   patience, endurance.
-subiri   wait, be patient.
-suka   weave, plait.
-sumbua   disturb, annoy, cause discomfort.

T

taabani   seriously ill, in great distress.
-taapika   vomit, be sick.
tafakari   think.
-tahadhari   warn, protect from harm.
-tahamaki   look up suddenly, observe, make a quick move.
-taga   act of laying eggs.
-tajirika   become rich, wealthy.
-taja   mention, list, announce.
takataka   trash, rubbish.
tamaa   longing, desire, ambition.
-tambua   recognize, realize.
-tamka   pronounce, speak out, say.
tamko   announcement, statement, pronouncement.
-tangatanga   wander around, be without a specific place of abode.
-tangaza   announce, make public, publicize.
-tangulia   precede, advance.
-taraji   expect, intend, look forward to.
tarajia   expect, intend.
-tatua   solve (lit. tear). cr taulo   towel.
-tawala   rule, manage, govern.
taya   jaw, jaw-bone.
-tazamiwa   expect, look forward to.
-tegemea   expect.
-tegua   let a trap off, remove a snare.
-teka   capture, take/take up, carry off.
-tekeleza   take action, carry duties through, act upon something.
-tekeleza wajibu   carry out responsibilities, duties.

-teketea   be consumed, be destroyed, be ruined.
tembo   elephant.
-teremka   descend, climb/slide downwards.
-teseka   suffer, be in turmoil, be in pain.
-tetea   defend, support.
-teuliwa   appointed, selected, nominated.
-thamini   put value, respect.
thomo   garlic.
tiba   medical, associated with cure and medicine.
-tibu   treat to cure.
-tifua   make dust, cause to rise like dust.
-tikisa   shake violently, cause a vibration.
-timiza   fulfilll, complete, perfect, finish.
-timizia   fulfilll, accomplish, finish.
-timka   trot, run (also be ruffled as of hair or feathers.).
-tumbuiza   entertain with music.
-timua   take off fast.
-tingisha   shake violently, cause a vibration.
-tosha   be sufficient, enough, adequate.
tukio   a happening, an event (usually sudden, unexpected).
tukufu   honorable, supreme.
-tulizana   calm down, be calm/quiet, be composed.
-tumia   use, exploit.
-tunga   compose.
-tunukiwa   be awarded, be endowed.
tuwi   milky liquid got by grating coconut.

U

uanasheria   pertaining to law.
uani   enclosure, or backyard attached to the house.
uchaguzi   selection, choice.
uchumi   economy.
uchungu   bitterness, pain.
uchunguzi   investigation, research, looking into something.
udhaifu   body weakness.
udhia   annoyance.
ufa   crack on a wall or surface.
ufumbuzi   solution.

ufundi technical ability.
ugali stiff porridge made from maize meal.
uhusiano relationship.
-ujenzi construction, act of building.
uji porridge.
ujuzi experience, technique, experties, know how.
ukabila tribalism, ethnicity.
(u)kili a narrow length of plaited leaf-strip of palm, when put together form the mats called mkeka.
(u)kindu dry palm leaves used for plaiting mats.
ukoo clan, familyhood, of the same ancestry.
ukoloni colonialism.
ukucha finger/toe nail.
ulimwengu universe, world.
ulinzi security.
umbali measure of distance.
-umia be/get hurt, feel pain.
umuhimu importance, need for.
umwagiliaji act of pouring (cf. mwaga).
-unga join, accompany.
unyevu dampness.
unyonge wretchedness, weakness, abject, destitution.
usemi a way of talking, pronouncement, a say.
ustahimilivu endurance, patience.
urojo a thick mixture.
ustadi skill, experties, capability.
utafiti research.
utalii tourism.
utamaduni culture, a way of life.
utepe ribbon.
utiifu obedience.
utosi crown of head.
utu humanity, sensibility, sensitivity.
utulivu calmness, peacefulness, quietness, gentleness.
utoshelezi sufficiency, adequacy, satisfaction.
utovu misconduct.
uwanja field, area, play ground.

uwezo   ability.
uwayo   palm of foot.
uzalendo   patriotism, nationalism.

V

(vi)bacha   rag, piece of cloth or floor mat.
(vi)fijo   applauses, noises of approval.
(vi)faranga   chicks.
(vi)jakazi   female slave.
(vi)lugha   dialects.
(vi)nono   (lit. that which is fat)favourable, suitable, pleasing.
(vi)puri   spare parts.
(vi)sima   well.
(vi)tunguu   onions.
-vuka   cross over.
vumbua   discover, find by chance.
-vunja   break.
-vutia   attract, interest.
(vy)eo   rank.

W

(wa)angalizi   caretaker, supervisor.
-wahi   having a chance, have a chance to do something.
(wa)janja   clever, cunning.
(wa)kazi   occupants, inhabitants, dwellers.
wajibu/wajibika   responsibility/be responsible for.
-wakilisha   represent.
(wa)kufunzi   instructor.
(wa)kunga   midwife.
(wa)nyanganyi   robbers.
(Wa)rumi   Romans.
(wa)semaji   speakers.
(wa)shindani   competitors.
wasiwasi   anxiety.
(wa)talii   tourist.
(wa)teja   customers.
wazi   open, clear, obvious.
wazi wazi   openly, clearly.
-wiana   resemble, be of equal status, balance.
weredi   skill, cleverness.
wevi/wezi   thieves (cf. the singular *mwivi/mwizi*).
woga   fear, a scare.

wokovu   salvation.

Z

zahanati   dispensary, a health center.
zama   sometime in the past, period, epoch.
zana   apparatus, gadgets, munitions, fittings.
-zingatia   take into account, consider, include, remember.
-zindua   remove something fixed firmly,
   set free from a spell. Also used to mean inaugurate as
-zinduka   come out of a spell or trance.
-zirai   faint, lose consciousness.
zoezi   exercise.
-zoesha   cause to get used to something, acquint.
-zingatia   bear in mind, remember, take note.
-zua   start something, initiate a gossip or talk.
-zuia   prevent.
-zuka   appear suddenly, emerge, pop up, invent for.
zumari   wind instrument.
-zunguka   circle around, wander around.
zuru   make a special visit to a place or someone.

Maelezo (footnotes)

1. Baadhi ya mawazo ya kifungu hiki yametokana na hotuba za Mwalimu Julius K. Nyerere (tazama Nyerere, Julius K. 1968 Ujamaa na Maendeleo, ukurasa).
2. Mawazo ya kifungu hiki yanatokana na hotuba juu ya uhuru, zilizotolewa na Mwalimu Julius K. Nyerere (tazama Nyerere, Julius K. 1970b, Uhuru na Maendeleo 1970a).

Marejeo ya Vitabu.

Abedi Kaluta Amri. 1973. Sheria za kutunga mashairi. East Africa Literature Bureau. Kampala.

Ashton, E. O. 1947. Swahili grammar (including intonation). Longman. London.

Farsi, S. S. 1981. Swahili Sayings (1). East Africa Publications Ltd. Arusha, Tanzania.

———1981. Swahili Sayings (2). East Africa Publications Ltd. Arusha, Tanzania.

Johnson, F. 1978. A standard Swahili-English dictionary. Oxford University Press. London

Kamusi ya Kiswahili Sanifu. (IKR. Institute of Kiswahili Research, University of Dar es Salaam 1981) Oxford University Press. Dar es Salaam.

Nyerere, Julius K. 1968. Ujamaa. Oxford University Press. London.

———1970a. Uhuru na Maendeleo. Oxford University Press. Dar es Salam.

———1970b. Uhuru na Ujamaa. Oxford University Press. Dar es Salaam.

Sengo, T. S. Y. 1979. Mashairi ya mfumo wa Ramadhani. East Africa Publications. Arusha, Tanzania.

Shaaban, Robert. 1968. Pambo la lugha. Oxford University Press. Nairobi.

Tujifunze Lugha Yetu. (Ministry of National Education 1978). Tanzania Publishing House. Dar es Salaam.

Uhuru na Mzalendo. Tanzania National Swahili Newspapers.

www.ingramcontent.com/pod-product-compliance
Lightning Source LLC
Chambersburg PA
CBHW030113010526
44116CB00005B/232